ഭാവിതലമുറയെ കരുപ്പിടിപ്പിക്കാൻ

Bhavithalamuraye karuppidippikkan
Study

T Narayanan

CHINTHA PUBLISHERS
Thiruvananthapuram

First Edition
April 2023

Published
Chintha Publishers, Thiruvananthapuram

Typesetting
Star Communications, Thiruvananthapuram

Printed at
Time Offset Printers, Thiruvananthapuram

Cover Design
Vinod Mangoes

ISBN : 978-81-19131-03-7

CO - 3251 / 6419

Email: chinthapublishers@gmail.com
Website: www.chinthapublishers.com

A version is available at National Libraries
Kolkata, Mumbai, Chennai and Delhi

Distribution
DESHABHIMANI BOOKHOUSE
H O Thiruvananthapuram 695035

Branch
Head Office Kunnukuzhi • Statue Thiruvananthapuram
KSRTC Bus Terminal Thampanoor • Saphalyam Complex Thiruvananthapuram
KSRTC Bus Station Alappuzha • KSRTC Bus Station Ernakulam
Machingal Lane Thrissur • IG Road Kozhikode
Mavoor Road Kozhikode • NGO Union Building Kannur
Central Bus Terminal Complex Thavakkara Kannur

ഭാവിതലമുറയെ കരുപ്പിടിപ്പിക്കാൻ

ടി നാരായണൻ

ചിന്ത പബ്ലിഷേഴ്സ്
തിരുവനന്തപുരം-695 035

ടി നാരായണൻ

ജനനം 1940 സെപ്തംബർ 22 ന് പാലക്കാട് ജില്ലയിൽ പട്ടാമ്പിക്കടുത്തുള്ള ഞാങ്ങാട്ടിരിയിലെ തെക്കേടത്തു മനയിൽ. അച്ഛൻ: രാമൻ നമ്പൂതിരി. അമ്മ നങ്ങേലി അന്തർജ്ജനം. വിദ്യാഭ്യാസം എഴുമങ്ങാട് യു പി സ്കൂൾ (പാലക്കാട് ജില്ല), വരവൂർ ഹൈസ്കൂൾ (തൃശൂർ ജില്ല), ശ്രീ കേരള വർമ്മ കോളേജ് എന്നിവിടങ്ങളിൽ. തിരുവനന്തപുരം ഏജീസ് ഓഫീസിൽ 35 കൊല്ലത്തെ സേവനം. അസിസ്റ്റന്റ് അക്കൗണ്ട്സ് ഓഫീസറായി 1998 മാർച്ച് 31 ന് വിരമിച്ചു. ഏജീസ് ഓഫീസ് എൻ ജി ഒ അസോസിയേഷൻ (കേരളം) ജനറൽ സെക്രട്ടറി, പ്രസിഡന്റ്; ആൾ ഇന്ത്യ ആഡിറ്റ് & അക്കൗണ്ട്സ് അസോസിയേഷൻ അഡീഷണൽ സെക്രട്ടറി ജനറൽ, പ്രസിഡന്റ്; കേന്ദ്ര ജീവനക്കാരുടെ കോൺഫെഡറേഷൻ സംസ്ഥാന പ്രസിഡന്റ്, അഖിലേന്ത്യാ ഓർഗനൈസിങ് സെക്രട്ടറി എന്നീ നിലകളിൽ സർവ്വീസ് സംഘടനാ രംഗത്തെ പ്രവർത്തനം. സംസ്ഥാന ബാലസാഹിത്യ ഇൻസ്റ്റിറ്റ്യൂട്ട് ഭരണസമിതി അംഗമായിരുന്നു, ആറു വർഷത്തോളം. കേരള സംസ്ഥാന ശിശുക്ഷേമ സമിതിയുടെ ട്രഷററായി ആറുവർഷത്തിലേറെക്കാലം പ്രവർത്തിച്ചു. 1982 മുതൽ ബാലസംഘം പ്രവർത്തകൻ, ഇരുപതു വർഷത്തോളം ബാലസംഘം സംസ്ഥാന രക്ഷാധികാരി ഏകോപന സമിതി ജനറൽ സെക്രട്ടറി. ഇപ്പോൾ ബാലസംഘം സംസ്ഥാന കമ്മിറ്റി അംഗം. കുട്ടികളുടെ മാസിക *തത്തമ്മ* യുടെ പത്രാധിപരായി അര ദശാബ്ദക്കാലം പ്രവർത്തിച്ചു.

ഭാര്യ : ടി രാധാമണി
(ദേവകി വാര്യർ സ്മാരകം സെക്രട്ടറി)

മക്കൾ : എൻ സുകന്യ
(ജനാധിപത്യ മഹിളാ അസോസിയേഷൻ),
എൻ സുസ്മിത (*മാതൃഭൂമി*)

മേൽവിലാസം : ജ്യോതിസ്,
കൈതമുക്ക്, പേട്ട (പോസ്റ്റ്),
തിരുവനന്തപുരം 695 024.

ഫോൺ : 0471 2475903

മൊബൈൽ : 9446465903

ഇമെയിൽ : radhakaithamukku@gmail.com.

ഉള്ളടക്കം

പ്രസാധകക്കുറിപ്പ്

ജീവിതത്തിന്റെ നാനാതുറകളിലേക്കും എത്തപ്പെടുന്ന മനുഷ്യരെ ശാസ്ത്രബോധവും ചരിത്രബോധവും സഹജീവിസ്നേഹവും ഉള്ളവരാക്കി മാറ്റാൻ കുട്ടികളായിരിക്കുമ്പോഴേ അവരെ പരിശീലിപ്പിക്കണം. കേരള സമൂഹത്തിൽ അത്തരത്തിൽ നിശ്ശബ്ദ സേവനം നടത്തിവരുന്ന സംഘടനയാണ് ബാലസംഘം. പഠിച്ചു ഞങ്ങൾ നല്ലവരാകും ജയിച്ചു ഞങ്ങൾ മുന്നേറും പടുത്തുയർത്തും ഭാരതമണ്ണിൽ സമത്വസുന്ദര നവലോകം എന്നാണ് ബാലസംഘം ഉയർത്തുന്ന മുദ്രാഗീതം. അതിൽ എല്ലാമുണ്ട്. ഭാവി തലമുറയെ കരുവറവിടിപ്പിക്കാനുള്ള കർമ്മ പദ്ധതിയിലേക്കുള്ള സംഭാവനയാണ് ഈ പുസ്തകം.

ചിന്ത പബ്ലിഷേഴ്സ്

ആമുഖം

***കു**ട്ടികൾ ചരിത്രത്തിന്റെ ഉല്പന്നങ്ങളും ചരിത്രം നിർമ്മിക്കുന്ന വരും* എന്ന പേരിൽ ചിന്ത പബ്ലിഷേഴ്സ് തന്നെ 2017 ഫെബ്രുവരിയിൽ പ്രസിദ്ധീകരിച്ച എന്റെ പുസ്തകത്തിന്റെ തുടർച്ചയാണ് ഈ പുസ്തക മെന്നു പറയാം.

കുട്ടികളുടെ മറ്റു പല സംഘടനകളിൽനിന്നും വ്യത്യസ്തമായി ശിശു സൗഹൃദസ്വഭാവത്തോടെ സംഘടിപ്പിക്കപ്പെട്ടിട്ടുള്ള ബാലസംഘത്തിന്റെ ചരിത്രത്തിലേക്ക് വെളിച്ചം വീശുന്ന ഞാനെഴുതിയ ചില ലേഖനങ്ങളും അതോടൊപ്പം പ്രീ-പ്രൈമറി വിദ്യാഭ്യാസവും പ്രൈമറി വിദ്യാഭ്യാസവും രാജ്യത്ത് മൊത്തത്തിലും കേരളത്തിൽ വിശേഷിച്ചും നേരിടുന്ന പ്രശ്ന ങ്ങൾ സംബന്ധിച്ച ചില ലേഖനങ്ങളും ഈ പുസ്തകത്തിലുണ്ട്.

ബാലസംഘം ഇന്നത്തെ രീതിയിൽ സംഘടിപ്പിക്കാനാരംഭിച്ചതിന്റെ തൊട്ടുപിന്നാലെ 1984 ആഗസ്ത് 4 ന് തിരുവനന്തപുരത്തെ പേരൂർക്കട യിലുള്ള ലോ അക്കാദമിയിൽ ആരംഭിച്ച് രണ്ടു ദിവസം കഴിഞ്ഞ് മ്യൂസിയം വളപ്പിൽ അവസാനിച്ച, സി പി ഐ (എം) പോളിറ്റ് ബ്യൂറോ അംഗമായി രുന്ന സ. എസ് രാമചന്ദ്രൻപിള്ളയുടെ സാന്നിദ്ധ്യത്തിൽ നടന്ന എഴുപ തോളം കുട്ടികൾ പങ്കെടുത്ത ക്യാമ്പിനെപ്പറ്റി സംഘടനയുടെ ആദ്യത്തെ അദ്ധ്യക്ഷയായ എൻ സുകന്യ എഴുതിയ *നാളത്തെ തീപ്പാട്ടുകാർ* എന്ന ലേഖനം ഈ പുസ്തകത്തിന് അനുബന്ധമായിച്ചേർത്തിട്ടുമുണ്ട്.

1986 മേയ് ഒമ്പതുമുതൽ മൂന്നു ദിവസം തിരുവനന്തപുരം ജില്ലയിലെ നെയ്യാറ്റിൻകരയിൽനിന്ന് ആറു കിലോമീറ്റർ അകലെയുള്ള അരുവിപ്പുറ ത്തുവച്ചു നടന്ന, ബാലസംഘത്തിന്റെ പ്രവർത്തനദിശ കണ്ടെത്തുന്നതിൽ നിർണ്ണായകമായ പങ്കുവഹിച്ച ക്യാമ്പിനെപ്പറ്റി പ്രതിപാദിക്കുന്ന *ഭാവിത*

ലമുറയെ കരുപ്പിടിപ്പിക്കാൻ എന്ന ലേഖനമാണ് ഈ പുസ്തകത്തിൽ ആദ്യമായി ചേർത്തിട്ടുള്ളത്.

തുടർന്ന്, ബാലസംഘം തിരുവനന്തപുരം ജില്ലാ കമ്മിറ്റിയുടെ ആഭിമുഖ്യത്തിൽ തിരുവനന്തപുരം മ്യൂസിയം കോളേജ് പരിസരത്തുവച്ചു ചേർന്ന മൂന്ന് ദിവസത്തെ ക്യാമ്പ് സംഘടനയുടെ പ്രക്രിയാധിഷ്ഠിതമായ പ്രവർത്തനത്തിന് അടിത്തറയിട്ടു. ആ ക്യാമ്പിനെപ്പറ്റി പ്രതിപാദിക്കുന്നതാണ് *പിഞ്ചോമനകൾ പൂമ്പാറ്റകളെപ്പോലെ* എന്ന ലേഖനം.

പ്രീ-പ്രൈമറിവിദ്യാഭ്യാസവും പ്രൈമറി വിദ്യാഭ്യാസവും രാജ്യത്ത് മൊത്തത്തിലും കേരളത്തിൽ വിശേഷിച്ചും നേരിടുന്ന പ്രശ്നങ്ങൾ വിലയിരുത്തുകയും അവയ്ക്കു ചില പരിഹാരമാർഗ്ഗങ്ങൾ നിർദ്ദേശിക്കുകയും ചെയ്യുന്ന *പ്രീ-പ്രൈമറി വിദ്യാഭ്യാസം-സമസ്യകളും ചില പരിഹാരമാർഗ്ഗങ്ങളും, ഇന്ത്യയിലെ പ്രാഥമിക വിദ്യാഭ്യാസം നേരിടുന്ന വെല്ലുവിളികൾ* എന്നീ രണ്ടു ലേഖനങ്ങൾ പുസ്തകത്തിൽ തുടർന്നു വായിക്കാം.

ബദൽ വിദ്യാഭ്യാസം എന്ത്, എന്തിന് എന്ന പേരിൽ ഈ പുസ്തകത്തിൽ ചേർത്തിട്ടുള്ള ലേഖനം സംസ്ഥാനത്തെ ഔപചാരിക വിദ്യാഭ്യാസത്തിനു സമാന്തരമായി ശിശുസൗഹൃദ കാഴ്ചപ്പാടോടെ ഒരു പുതിയ വിദ്യാഭ്യാസക്രമം രൂപപ്പെടുത്തുന്നതിന്റെ ആവശ്യകതയും അതിനായി ബാലസംഘം മുന്നോട്ടുവയ്ക്കുന്ന സമൂർത്തമായ പരിപാടികളും വിശദീകരിക്കുന്നതാണ്.

ദേശീയതലത്തിൽ ഒരു ശിശുനയം രൂപപ്പെടുത്തുന്നതിനുവേണ്ടി നടന്ന ചില സംരംഭങ്ങളുടെ പശ്ചാത്തലത്തിൽ എഴുതിയ ലേഖനമാണ് *ശിശുപരിചരണരംഗത്ത് ഒരു ദേശീയനയം രൂപപ്പെടുത്തുമ്പോൾ* എന്നത്.

ജൂൺ ഒന്നിന് സാർവ്വദേശീയാടിസ്ഥാനത്തിൽ ആചരിക്കപ്പെടുന്ന ശിശുദിനത്തിന്റെ (വ്യത്യസ്ത രാജ്യങ്ങളിൽ വ്യത്യസ്ത ദിനങ്ങളിലാണ് ശിശുദിനം ആചരിക്കപ്പെടുന്നത്; നമ്മുടെ രാജ്യത്ത് ശിശുദിനം ആചരിക്കുന്നത് കുട്ടികളെ പ്രാണനുതുല്യം സ്നേഹിച്ചിരുന്ന, ഇന്ത്യയുടെ ആദ്യത്തെ പ്രധാനമന്ത്രിയായിരുന്ന ജവഹർലാൽ നെഹ്റുവിന്റെ ജന്മദിനമായ നവംബർ 14 ന് ആണല്ലോ.) ചരിത്രം ചുരുക്കിപ്പറയുന്ന ലേഖനമാണ് *ശിശുദിനം ചരിത്രവും വർത്തമാനകാല പ്രസക്തിയും* എന്നത്.

ആറു മുതൽ 14 വയസ്സുവരെ പ്രായമുള്ള എല്ലാ കുട്ടികളുടെയും മൗലികാവകാശമാണ് പ്രാഥമിക വിദ്യാഭ്യാസം എന്ന് നമ്മുടെ ഭരണഘടനയുടെ 21-ാം വകുപ്പ് ഭേദഗതി ചെയ്ത് പ്രഖ്യാപിക്കുകയും അതിനെ പിൻപറ്റി ഇന്ത്യയുടെ പ്രത്യേക സാഹചര്യങ്ങളിൽ എട്ടാം ക്ലാസ് വരെ ക്ലാസ് കയറ്റപരീക്ഷകൾ ഒഴിവാക്കുന്ന RTE Act (Right of Children to Free and Compulsory Education Act) പാസാക്കുകയും ചെയ്തശേഷം, അഞ്ചാം ക്ലാസ് മുതൽ പ്രമോഷൻ പരീക്ഷ പുനരാരംഭിക്കുന്നതിനു നിഷ്കർഷിക്കുന്ന രീതിയിൽ മേല്പറഞ്ഞ നിയമം പരിഷ്കരിക്കണമെന്ന അഭിപ്രായം RTE Act ന് രൂപംനല്കിയ കേന്ദ്രസർക്കാരിൽ നിന്നു തന്നെ ഉയർന്നു വന്നപ്പോൾ അതിൽ ഉൽക്കണ്ഠ പ്രകടിപ്പിച്ച് എഴുതിയ ലേഖ

നമാണ് *അഞ്ചാം ക്ലാസുമുതൽ പ്രമോഷൻ പരീക്ഷ പുനരാരംഭിക്കണമോ* എന്നത്.

സമർപ്പിത ചേതസ്സായ അദ്ധ്യാപകനും കരുത്തനായ അദ്ധ്യാപക സംഘടനാനേതാവുമായിരിക്കെ ബാലസംഘം രംഗത്തേക്കു കടന്നു വന്നതോടെ തന്റെ ഇടം ബാലസംഘമാണെന്ന് തിരിച്ചറിഞ്ഞ് തന്റെ വാർദ്ധക്യത്തിലും കുട്ടികളുടെ ചങ്ങാതിയായി കഴിയുന്നതിൽ ആഹ്ലാദം കൊണ്ട ശങ്കരൻമാസ്റ്ററുടെ ഓർമ്മയ്ക്കുമുമ്പിൽ കൈ കൂപ്പാതെ ഇത്ത രമൊരു പുസ്തകം പൂർണ്ണമാവില്ലെന്ന തിരിച്ചറിവിൽ നിന്നാണ് *ശങ്കരൻ മാസ്റ്റർ കുട്ടികളുടെ കളിച്ചങ്ങാതി* എന്ന ലേഖനം ഈ പുസ്തകത്തിന്റെ അവസാനം ചേർത്തത്.

കുട്ടികൾ–ചരിത്രത്തിന്റെ ഉല്പന്നങ്ങളും ചരിത്രം നിർമ്മിക്കുന്നവരും എന്ന പുസ്തകത്തിന്റെ അവതാരികയിൽ പ്രസ്തുത പുസ്തകം ബാല സംഘം പ്രവർത്തകർക്ക് ഒരു വഴികാട്ടിയാകുമെന്ന് ദീർഘകാലം ബാല സംഘത്തിന്റെ സംസ്ഥാനചുമതല വഹിച്ചിരുന്ന സ. എം വി ഗോവിന്ദൻ മാസ്റ്റർ പ്രത്യാശ പ്രകടിപ്പിക്കുകയുണ്ടായി. സ്നേഹപൂർവ്വമാണ് ബാല സംഘം പ്രവർത്തകർ ആ പുസ്തകത്തെ സ്വീകരിച്ചത്. ബാലസംഘ ത്തിന്റെ ആദ്യകാല ചരിത്രത്തിലേക്ക് വെളിച്ചം വീശുന്ന *ഭാവിതലമുറയെ കരുപ്പിടിപ്പിക്കാൻ, പിഞ്ചോമനകൾ പൂമ്പാറ്റകളെപ്പോലെ, നാളത്തെ തീപ്പാ ട്ടുകാർ* (എൻ സുകന്യ എഴുതിയത്) എന്നീ ലേഖനങ്ങളും ബാലസംഘ ത്തിന്റെ ആശയപരമായ അടിത്തറ ഭംഗ്യന്തരേണ വിശദീകരിക്കുന്ന *ബദൽ വിദ്യാഭ്യാസം എന്ത് എന്തിന്! ശിശുപരിചരണരംഗത്ത് ഒരുദേ ശീയ നയം രൂപപ്പെടുത്തുമ്പോൾ* തുടങ്ങിയ ലേഖനങ്ങളും അടങ്ങുന്ന ഈ പുസ്തകത്തെയും കുട്ടികളുടെ രംഗത്തു പ്രവർത്തിക്കുന്നവർ സ്നേഹപൂർവ്വം സ്വീകരിക്കുമെന്ന് ആശിക്കുന്നു.

ടി നാരായണൻ

ഭാവിതലമുറയെ കരുപ്പിടിപ്പിക്കാൻ

കത്തിക്കാളും വയറിന്റെ
ജാതിയേതു കൂട്ടരേ,
കരഞ്ഞിടുന്ന കുഞ്ഞിന്റെ
ജാതിയേതു കൂട്ടരേ?

"ഒരു ജാതി, ഒരു മതം, ഒരു ദൈവം മനുഷ്യന്" എന്ന ഗംഭീര ഗർജ്ജനം കേട്ട് ദശാബ്ദങ്ങൾക്ക് മുമ്പ് കോരിത്തരിച്ച അരുവിപ്പുറത്തെ മണൽത്തരികൾ ഇളംകണ്ഠങ്ങളിൽനിന്നുയർന്ന ഈ പാട്ടുകേട്ട് ഒരിക്കൽക്കൂടി പുളകച്ചാർത്തണിഞ്ഞു. 1986 മേയ് 9 ന് രാവിലെ ഈ പാട്ടോടുകൂടിയാണ് തിരുവനന്തപുരം ജില്ലയിലെ നെയ്യാറ്റിൻകര പട്ടണത്തിൽ നിന്ന് ആറുകിലോമീറ്റർ അകലെ അരുവിപ്പുറത്ത് മൂന്നു ദിവസത്തെ ബാലസംഘം സംസ്ഥാന പ്രവർത്തക ക്യാമ്പ് ഉദ്ഘാടനം ചെയ്യപ്പെട്ടത്.

രക്തനക്ഷത്രം തുന്നിച്ചേർത്ത ശുഭപതാക ബാലസംഘം തിരുവനന്തപുരം ജില്ലാ പ്രസിഡന്റ് എൻ സുകന്യ വാനിൽ ഉയർത്തി. അതോടെ ജില്ലയുടെ വിവിധ ഭാഗങ്ങളിൽനിന്നെത്തിയ തെരഞ്ഞെടുത്ത നാല്പത്തിരണ്ട് അദ്ധ്യാപകരും മറ്റ് ഒമ്പത് ജില്ലകളിൽനിന്നുവന്ന പത്തൊമ്പത് പ്രതിനിധികളും പങ്കെടുത്ത ക്യാമ്പിന്റെ പരിപാടികൾ സമാരംഭിച്ചു. ദിവസവും രാവേറെച്ചെല്ലുന്നതുവരെ ചർച്ചകൾ നീണ്ടുപോകുകയും പിറ്റേന്ന് നന്നെ വെളുപ്പിന് എഴുന്നേല്ക്കുകയും ചെയ്യേണ്ടിവരത്തക്ക രീതിയിൽ തിരക്കേറിയതായിരുന്നു പരിപാടികൾ.

ഉദ്ദേശ്യ-ലക്ഷ്യങ്ങൾ

ബാലസംഘം പ്രവർത്തനങ്ങൾക്ക് ഊർജ്ജസ്വലത പകരുകയും പ്രവർത്തനങ്ങൾ കൂടുതൽ സ്ഥലങ്ങളിലേക്ക് വ്യാപിപ്പിക്കുകയും

കഴിഞ്ഞ രണ്ടുവർഷക്കാലത്തെ അനുഭവങ്ങളുടെ പശ്ചാത്തലത്തിൽ പുതിയ പ്രവർത്തനദിശ കണ്ടെത്തുകയുമാണ് ഈ അദ്ധ്യാപക പരിശീലന ക്യാമ്പുകൊണ്ട് ഉദ്ദേശിക്കുന്നതെന്ന് ക്യാമ്പ് ഡയറക്ടർ ടി നാരായണൻ തുടക്കത്തിൽത്തന്നെ വ്യക്തമാക്കി. കുട്ടികളിൽ ആരെയും അകറ്റിനിർത്തുകയല്ല, എല്ലാവരെയും അടുപ്പിച്ചുകൊണ്ടു വരികയാണ് ഉദ്ദേശ്യം. ഈ ഉദ്ദേശ്യം വെച്ചുള്ള പുതിയ പ്രവർത്തനശൈലി ഉണ്ടാകണം. അതെപ്പറ്റിയാണ് ഈ ക്യാമ്പ് ചർച്ച ചെയ്യേണ്ടത് – ബാലസംഘം സംസ്ഥാന രക്ഷാധികാരി എസ് രാമചന്ദ്രൻപിള്ള ചൂണ്ടിക്കാട്ടി.

ശ്രീനാരായണഗുരു ധ്യാനമനുഷ്ഠിച്ച അരുവിപ്പുറത്തെ ആറ്റിൻതീരത്തെ ഗുഹാമുഖം, അതിനോടുചേർന്ന് പടർന്നു പന്തലിച്ചുനില്ക്കുന്ന ആൽമരം, പാറകളിൽ തട്ടിത്തടഞ്ഞ് ഒഴുകിയകലുന്ന നെയ്യാറിന്റെ തീരത്തെ മണൽത്തിട്ടും പാറക്കെട്ടും സവർണ്ണ ജാതിക്കോമരങ്ങളെ വെല്ലുവിളിച്ചുകൊണ്ട് ഗുരുദേവൻ പ്രതിഷ്ഠിച്ച "ഈശവശ്ശിവ"ന്റെ ക്ഷേത്രപ്പറമ്പ് – ഇവിടെയെല്ലാമായാണ് മൂന്നു ദിവസത്തെ ക്യാമ്പ് നടന്നത്. പ്രകൃതിയുടെ മടിത്തട്ടിൽത്തന്നെയാണ് തങ്ങളെന്ന തോന്നൽ മൂന്നുദിവസവും ക്യാമ്പംഗങ്ങൾക്കുണ്ടായി.

ബാലസംഘത്തിന്റെ ഉദ്ദേശ്യലക്ഷ്യങ്ങൾ, ബാലസംഘം പ്രവർത്തനത്തിൽ രക്ഷാധികാരികളുടെ പങ്ക്, കുട്ടികളോട് ഇടപഴകേണ്ട രീതി, കുട്ടികൾക്ക് നല്കേണ്ട കഥകളും കാവ്യകഥകളും ഗാനങ്ങളും – ഈ വിഷയങ്ങളെക്കുറിച്ച് അവതരിപ്പിച്ച രേഖകളിൽ ഊന്നിയായിരുന്നു ആദ്യ ദിവസത്തെ ചർച്ച.

ചർച്ച കേവലം മൈതാനപ്രസംഗങ്ങളായി മാറാതിരിക്കാൻ ക്യാമ്പംഗങ്ങളെ ഏഴു ഗ്രൂപ്പുകളായി തിരിച്ചു. കാസർഗോട്ടുനിന്ന് വന്ന വി കെ രവീന്ദ്രൻ, കണ്ണൂരിൽനിന്നുവന്ന കവി കൂടിയായ കവിയൂർ രാജഗോപാലൻ, പാലക്കാട്ടു നിന്നെത്തിയ എസ് അബ്ദുൾ റഹ്മാനും ടി കെ നാരായണദാസും, പത്തനംതിട്ടയിൽനിന്നുവന്ന എ കെ ആചാരിയും പി മുരളീധരനും, കൊല്ലത്തെ കെ രാജഗോപാലൻ എന്നിവരാണ് ഗ്രൂപ്പുകളെ നയിച്ചത്.

ബാലസംഘം എന്ത്? എന്തിന്?

അന്ധവിശ്വാസങ്ങളിൽനിന്നും അനാചാരങ്ങളിൽനിന്നും സങ്കുചിത ജാതി–മത–പ്രാദേശിക ചിന്തകളിൽനിന്നും കുട്ടികളെ മോചിപ്പിക്കുക, പാരമ്പര്യത്തിന്റെ നല്ല അംശങ്ങൾ സ്വാംശീകരിക്കാൻ അവരെ പഠിപ്പിക്കുക, ശാസ്ത്രീയമായ കാഴ്ചപ്പാട് അവരിൽ വളർത്തിയെടുക്കുക, കുട്ടികളുടെ സർഗ്ഗവാസനകൾ വികസിപ്പിക്കുക, അവരിൽ അദ്ധ്വാനത്തോടു മതിപ്പുണ്ടാക്കുക. കുട്ടിയിലെ വ്യക്തിയെ സമൂഹത്തോടു പൊരുത്തപ്പെടുത്തുക, കുട്ടികളിൽ ഉൽകൃഷ്ടങ്ങളായ മാനവികമൂല്യങ്ങളും സദാചാരബോധവും പെരുമാറ്റരീതിയും വളർത്തിയെടുക്കുക, മാനവസാഹോദര്യവും ലോകസമാധാനവും പുലർത്തേണ്ടതിന്റെ ആവശ്യം അവർക്ക് ബോദ്ധ്യപ്പെടു

ത്തുക എന്നീ ലക്ഷ്യങ്ങളോടെയാണ് ബാലസംഘം കുട്ടികൾക്കിടയിൽ പ്രവർത്തിക്കുന്നതെന്ന് ഉദ്ദേശ്യലക്ഷ്യങ്ങളെക്കുറിച്ചുള്ള രേഖ അവതരിപ്പിച്ചുകൊണ്ട് എ സുധാകരൻ പറഞ്ഞു.

പതിനാലുവയസ്സുവരെയുള്ള കുട്ടികൾക്ക് സൗജന്യവും നിർബ്ബന്ധിതവുമായ വിദ്യാഭ്യാസം നല്കണമെന്ന ഭരണഘടനാനിർദ്ദേശം കടലാസിൽ മാത്രം അവശേഷിക്കുന്ന നമ്മുടെ നാട്ടിൽ ജനസംഖ്യയുടെ 40 ശതമാനം വരുന്ന കുട്ടികളുടെ നില അത്യന്തം ശോചനീയമാണ്. ബാലാദ്ധ്വാനം തടയണമെന്ന് ഭരണഘടന അനുശാസിക്കുമ്പോൾ കരിങ്കൽ ക്വാറികളിലും പടക്കക്കമ്പനികളിലും കൽക്കരിഖനികളിലും തീപ്പെട്ടിക്കമ്പനികളിലും ഹോട്ടലുകളിലും മറ്റും ദിവസം പന്ത്രണ്ടും പതിനാലും മണിക്കൂർ നേരം കുട്ടികളെക്കൊണ്ട് കുറഞ്ഞ കൂലിക്ക് പണിയെടുപ്പിക്കുന്നു.

വിദ്യാഭ്യാസം ലഭിക്കാൻ ഭാഗ്യമുണ്ടാകുന്ന കുട്ടികൾപോലും മൂല്യബോധത്തിന്റെയും സംസ്കാരത്തിന്റെയും കാര്യത്തിൽ രണ്ടുതട്ടിലായി വേർതിരിക്കപ്പെട്ടിരിക്കുകയാണ്. അംഗീകൃതസ്കൂളുകളിൽ വിദ്യാഭ്യാസം നേടുന്ന വരേണ്യ വർഗ്ഗത്തിലെ കുട്ടികൾ ഒരു തട്ടിലും സർക്കാർ-എയിഡഡ് സ്കൂളുകളിൽ വിദ്യാഭ്യാസം നേടുന്ന സാധാരണക്കാരുടെ കുട്ടികൾ മറ്റൊരു തട്ടിലും.

പഠനരീതിയുടെയും പഠനോപാധികളുടെയും പരിമിതികളും പരീക്ഷാസമ്പ്രദായത്തിന്റെ പ്രത്യേകതകളുംമൂലം പാഠപുസ്തകത്തിൽനിന്നു കിട്ടുന്ന വിദ്യാഭ്യാസം തുലോം അപര്യാപ്തമാണ്. ഈ പഴുതിലൂടെ ഭൂതകാലത്തിന്റെ മൃതഭാരമായ ജാതിമത ചിന്തകളും അന്ധവിശ്വാസങ്ങളും കുട്ടികളിൽ പടരുന്നു.

ഈ പ്രത്യേക പരിതഃസ്ഥിതിയിലാണ് ബാലസംഘം അതിന്റെ ലക്ഷ്യങ്ങൾ സാക്ഷാൽക്കരിക്കേണ്ടിയിരിക്കുന്നതെന്ന് രേഖ അവതരിപ്പിച്ചുകൊണ്ട് സുധാകരൻ വ്യക്തമാക്കി. ക്യാമ്പിൽ തുടർന്നു നടക്കുന്ന ചർച്ചകളിൽ അതിനുള്ള പുതിയ മാർഗ്ഗങ്ങളും ശൈലികളുമാണ് കണ്ടെത്തേണ്ടിയിരിക്കുന്നത്.

രക്ഷാധികാരി സമിതികൾ

ബാലസംഘം പ്രവർത്തനം വിപുലപ്പെടുത്തുന്നതിൽ ഏറ്റവും വലിയ തടസ്സം രക്ഷാധികാരി സമിതികളുടെ ദൗർബല്യമാണെന്ന് തന്റെ രേഖ അവതരിപ്പിച്ചുകൊണ്ട് ടി നാരായണൻ പറഞ്ഞു. യൂണിറ്റുകൾ സംഘടിപ്പിക്കുന്നതിൽ രക്ഷാധികാരികൾ ശ്രദ്ധിക്കുന്നില്ല. യൂണിറ്റുകളുടെ പ്രവർത്തനം നടത്തിക്കൊണ്ടുപോകുന്നതിൽ അവർ വേണ്ടത്ര സഹകരണം നല്കുന്നില്ല. കാലാകാലങ്ങളിൽ പരിപാടികൾ സംഘടിപ്പിക്കുമ്പോൾ അവരിൽനിന്ന് സഹായം കിട്ടുന്നില്ല തുടങ്ങി കുട്ടികൾക്ക് രക്ഷാധികാരികളെക്കുറിച്ച് നിരവധി പരാതികളുണ്ട്. അവയിൽ ഒട്ടുമുക്കാലും സത്യവുമാണ്. കുട്ടികളെ സ്നേഹിക്കുകയും അവരെ സംഘടിപ്പിക്കു

ന്നതിന്റെ പ്രാധാന്യം മനസ്സിലാക്കി അവരെ വിളിച്ചുകൂട്ടി പരിപാടികൾ നടത്തിക്കുകയും ചെയ്യുന്ന രക്ഷാധികാരികൾ ഉള്ളിടത്ത് ബാലസംഘം ഭംഗിയായി പ്രവർത്തിക്കുകയും നാട്ടുകാരുടെ പ്രശംസ പിടിച്ചുപറ്റുകയും ചെയ്യുന്നുണ്ട്. രക്ഷാധികാരികളായി പറ്റിയ കേഡറുകളെ തെരഞ്ഞെടുക്കുന്നതിലും അവർക്കാവശ്യമായ പരിശീലനം നല്കുന്നതിലും ശ്രദ്ധിക്കാൻ കഴിഞ്ഞെങ്കിൽ മാത്രമേ പുതിയ ശൈലിയിലുള്ള ബാലസംഘം പ്രവർത്തനം ഇനി ഫലപ്രദമായി മുന്നോട്ടുകൊണ്ടുപോകാൻ കഴിയൂ- നാരായണൻ പ്രസ്താവിച്ചു.

കുട്ടികളോട് എങ്ങനെ ഇടപഴകണം?

അരുവിപ്പുറത്തെ ബാലസംഘം കുട്ടികൾക്ക് പ്രപഞ്ചത്തെക്കുറിച്ച് ഒരു ക്ലാസെടുത്തുകൊണ്ടാണ് കെ കെ കൃഷ്ണകുമാർ തന്റെ വിഷയം അവതരിപ്പിച്ചത്. ലജ്ജാശീലരും ക്ലാസ് മുറികളിൽ ചൂരലിന്റെ അകമ്പടിയോടെ അദ്ധ്യാപകരെ കണ്ടു ശീലിച്ചിട്ടുള്ളവരുമായ കുട്ടികൾ തങ്ങളുടെ അദ്ധ്യാപകനുമായി ഇണങ്ങുന്നതിൽ മടിക്കുന്നതായി കണ്ടു. പക്ഷേ, പാട്ടും കഥയുമായി കൃഷ്ണകുമാർ പ്രപഞ്ചത്തിന്റെ അനന്ത വൈവിദ്ധ്യങ്ങളിലേക്ക് അവരെ കൈ പിടിച്ചുയർത്തി. ശാസ്ത്രീയസത്യങ്ങളിലേക്ക് കണ്ണു വിടർത്തി നോക്കാൻ അവരെ പ്രേരിപ്പിച്ചു. അരമണിക്കൂർ കഴിഞ്ഞപ്പോഴേക്കും തങ്ങളുടെ പുതിയ അദ്ധ്യാപകനോടൊപ്പം "മാറണം, മാറ്റണം ദുഷിച്ച നീതികൾ" എന്ന് ആർത്തുവിളിക്കാനും "എന്തുകൊണ്ട്, എന്തുകൊണ്ട്?" എന്ന ചോദ്യംചെയ്യലിന്റെ ശക്തിഗീതം ഉച്ചത്തിൽ പാടാനും അവർ തയ്യാറായി.

കുട്ടികളോട് ക്രൂരത കാട്ടാതെ അവരോട് സ്നേഹത്തോടെ പെരുമാറുക എന്ന ഉപദേശമാണ് കൃഷ്ണകുമാറിന് മുഖ്യമായും നല്കാനുണ്ടായിരുന്നത്. ചോദ്യം ചെയ്യുന്നതിനെ പ്രോത്സാഹിപ്പിക്കുക, ചോദ്യം കൊല്ലികളാകാതിരിക്കുക. നിങ്ങളുടെ അറിവില്ലായ്മ കുട്ടികളിൽനിന്ന് മറച്ചുവെക്കാതിരിക്കുക, തന്നെ രസിപ്പിക്കുന്ന കാര്യങ്ങൾ മാത്രമേ കുട്ടികൾക്കും രസിക്കൂ എന്നു മനസ്സിലാക്കുക, പുതുതായി കാര്യങ്ങൾ പറഞ്ഞുകൊടുക്കാൻ ഉണ്ടായാലേ കുട്ടികളിൽ താല്പര്യം നിലനിർത്താൻ കഴിയൂ. അതിനാൽ വായിക്കുക, വായിക്കുക, കൃഷ്ണകുമാർ ഉപദേശിച്ചു. ഇതിഹാസപുരാണാദികൾ മുതൽ നാട്ടിലിറങ്ങുന്ന ബാലപ്രസിദ്ധീകരണങ്ങൾവരെ എല്ലാം ഉപയോഗിക്കുക. ഒന്നും തള്ളേണ്ടതില്ല. തള്ളാനുള്ളവ കുട്ടികൾ വളർന്നു വരുമ്പോൾ തള്ളിക്കളഞ്ഞുകൊള്ളും. വിവാദാസ്പദമായ ഒരഭിപ്രായം കൃഷ്ണകുമാർ അങ്ങനെ ക്യാമ്പംഗങ്ങളുടെ മുമ്പാകെ വെച്ചു.

കുട്ടികൾക്ക് കുറെ പാട്ടുകൾ

കടംകഥകളും പഴഞ്ചൊല്ലുകളും നാടൻ പാട്ടുകളും കുട്ടികൾക്ക് പരിചയപ്പെടുത്തണമെന്നാണ് കുട്ടികൾക്കുള്ള ഗാനങ്ങളെക്കുറിച്ച് പ്രതി

പാടിച്ച കവിയൂർ രാജഗോപാലന് പറയാനുണ്ടായിരുന്നത്. അവയിലൊളിഞ്ഞിരിക്കുന്ന സൗന്ദര്യനിരീക്ഷണപാടവം ലളിതവും മധുരവുമാണ്. കുട്ടികൾക്ക് ഇമ്പം പകരുന്നതുമാണ്. ചരിത്രവസ്തുതകളും ശാസ്ത്ര സത്യങ്ങളുമായി അവയെ ബന്ധപ്പെടുത്തി കുട്ടികളുടെ വിജ്ഞാനം വർദ്ധിപ്പിക്കാൻ കഴിയും. തുഞ്ചൻ മുതൽ വൈലോപ്പിള്ളി വരെയുള്ളവരുടെ കവിതകളും കുട്ടികൾക്ക് പരിചയപ്പെടുത്തിക്കൊടുക്കാൻ കഴിയണം – രാജഗോപാലൻ നിർദ്ദേശിച്ചു.

അത്താഴത്തിനുശേഷം അന്നു പകൽ അവതരിപ്പിക്കപ്പെട്ട വിഷയങ്ങളെക്കുറിച്ച് ഒരു മണിക്കൂർ ഗ്രൂപ്പ് ചർച്ച നടന്നു. രാത്രി പത്തരയ്ക്ക് ക്യാമ്പംഗങ്ങൾ പൊതുചർച്ചയ്ക്ക് ഒത്തുകൂടി. ലക്ഷ്യരേഖയെക്കുറിച്ചും രക്ഷാസമിതികളെപ്പറ്റിയുമുള്ള രേഖയെക്കുറിച്ചും പൊതുവിൽ എല്ലാവർക്കും യോജിപ്പായിരുന്നു. എല്ലാ കഥകളും ഒരുപോലെ സ്വീകരിക്കാമോ എന്ന് ചിലർ സംശയം പ്രകടിപ്പിച്ചു. ബാലസംഘത്തിന് സ്വന്തമായി ഒരു ആനുകാലിക പ്രസിദ്ധീകരണം വേണമെന്ന് എല്ലാ ഗ്രൂപ്പുകളും ഒരുപോലെ ആവശ്യപ്പെട്ടു. ചർച്ച പിറ്റേന്ന് മറ്റു മേഖലകളിലേക്കുകൂടി ഉൾക്കൊണ്ട് തുടരേണ്ടതുള്ളതിനാൽ ഒരു മറുപടിക്ക് ശ്രമിക്കുന്നില്ലെന്ന് കൃഷ്ണകുമാറും ടി നാരായണനും ആദ്യ ദിവസത്തെ ക്യാമ്പ് സമാപിപ്പിച്ചുകൊണ്ട് പറഞ്ഞു.

ക്യാമ്പ് രണ്ടാംദിവസം

രാത്രി പതിനൊന്നരയ്ക്ക് ഉറങ്ങാൻ പോയ ക്യാമ്പംഗങ്ങളെ ഡയറക്ടർ രാവിലെ 5 മണിക്കുതന്നെ വിളിച്ചുണർത്തി. സ്വാഗതസംഘം കട്ടൻകാപ്പിയുടെ മധുരവുമായി അവരെ സ്വീകരിക്കാൻ അപ്പോഴേക്കും തയ്യാറായിരുന്നു. പ്രകൃതി നിരീക്ഷണം, വിവിധ പ്രോജക്ടുകൾ, കളികൾ, നക്ഷത്രനിരീക്ഷണം എന്നിവയായിരുന്നു രണ്ടാം ദിവസത്തെ പരിപാടികൾ, വിശ്രമിക്കാൻ സമയമില്ലാതെ തിരക്കിട്ട ദിവസം തന്നെ.

പ്രകൃതിനിരീക്ഷണത്തിന് ഗ്രൂപ്പുകളായി തിരിഞ്ഞ് ക്യാമ്പംഗങ്ങൾ യാത്രയായി. ചിലർ കുന്നുകളും മേടുകളും കയറിയിറങ്ങി. മറ്റു ചിലർ ആറ്റുവക്കിലൂടെ നടന്നു. വേറെ ചിലർ ശ്രീനാരായണഗുരു ധ്യാനം നടത്തിയിരുന്ന കൊടിതൂക്കിമലയിൽ കയറി. പ്രഭാതം പ്രകൃതിയിൽവരുത്തുന്ന പ്രതിനിമിഷ ഭിന്നങ്ങളായ മാറ്റങ്ങൾ അവർ നിരീക്ഷിച്ചു. തങ്ങൾ കണ്ട സസ്യ-ജന്തുജാലങ്ങളിൽ പലതിന്റെയും സാമ്പിളുകൾ അവർ ശേഖരിച്ചു. പലതിന്റെയും പ്രാദേശികമായ പേരുകൾ പരസ്പരം കൈമാറി. ആറരയ്ക്ക് അവസാനിക്കേണ്ടിയിരുന്ന പ്രകൃതിനിരീക്ഷണം കഴിഞ്ഞ് എത്തിയപ്പോഴേക്കും എട്ടുമണി കഴിഞ്ഞിരുന്നു. പ്രഭാതകൃത്യങ്ങളും ലഘുഭക്ഷണവും കഴിഞ്ഞ് ചർച്ചയ്ക്കിരുന്നപ്പോൾ വളരെ ആഹ്ലാദകരമായ അനുഭവങ്ങളായിരുന്നു എല്ലാവർക്കും പറയാനുണ്ടായിരുന്നത്.

ഓരോ ഗ്രൂപ്പും മത്സരബുദ്ധിയോടെ തങ്ങൾ കൊണ്ടുവന്ന സാമ്പിളുകൾ പ്രദർശിപ്പിച്ചു. വിദഗ്ദ്ധനായ ഒരു ബൊട്ടാണിസ്റ്റുകൂടി കൂടെ ഉണ്ടായിരുന്നെങ്കിൽ പ്രകൃതി നിരീക്ഷണം കുറേക്കൂടി ഫലപ്രദമായേനെ.

പ്രോജക്റ്റുകൾ, പ്രോജക്റ്റുകൾ

ഗോപിനാഥ് മാവുങ്കലിന്റെ കൈകൾ കത്രികയും പശയുമുപയോഗിച്ച് കടലാസിൽ പെരുമാറിയപ്പോൾ വിവിധ രൂപങ്ങൾ ഉയിർക്കൊള്ളാൻ തുടങ്ങി. ഇല, കടലാസ്, ഈർക്കിൽ, മച്ചിങ്ങ, കളിമണ്ണ് തുടങ്ങിയ സാദ്ധ്യതകൾകൊണ്ട് കാള, പട്ടം, കിളിക്കൂട്, പാവ, താമരപ്പൂവ്, വിശറി തുടങ്ങി വിവിധ രൂപങ്ങൾ ഉണ്ടാക്കുന്ന വിദ്യ ഗോപിനാഥ് മാവുങ്കൽ കുട്ടികൾക്കും അദ്ധ്യാപകർക്കും പരിചയപ്പെടുത്തിക്കൊടുത്തു. കാർഷികോപകരണങ്ങൾ ഉൾപ്പെടെ വിവിധ വസ്തുക്കളുടെ പ്രദർശനം സംഘടിപ്പിക്കുക, വിവിധ വസ്തുക്കൾ ശേഖരിക്കുക തുടങ്ങി പല പ്രോജക്റ്റുകളും എങ്ങനെ ആസൂത്രണം ചെയ്യാമെന്ന് ഗോപിനാഥ് വിശദീകരിച്ചു.

ഹ ഹ ഹ.... ഹി ഹി ഹി...

ഹ ഹ ഹ.... എന്ന് ഉറക്കെ ചിരിക്കാൻ ആവശ്യപ്പെട്ടുകൊണ്ടാണ് പ്രൊഫ. സി പി അരവിന്ദാക്ഷൻ കുട്ടികളോടു സംസാരിക്കാനാരംഭിച്ചത്. ഹി ഹി ഹി.... എന്നു ചിരിക്കാനായി അടുത്ത ആവശ്യം. കുട്ടികൾ ചിരിച്ചു. ഈയയാൾക്ക് ഭ്രാന്തുണ്ടോ എന്നു സംശയിച്ചുകൊണ്ടാണെങ്കിലും മുതിർന്നവരും ചിരിയിൽ പങ്കുചേർന്നു. “ഞാനിപ്പോൾ നിങ്ങൾക്ക് പരിചയപ്പെടുത്തിത്തന്നത് സൂര്യനെയാണ്. ഹ ഹ ഹ.... എന്നാൽ H - ഹൈഡ്രജൻ ഹി ഹി ഹി... എന്നാൽ He - ഹീലിയം. ഹൈഡ്രജനും ഹീലിയവും ചേർന്നാൽ സൂര്യനായി. മറ്റു മൂലകങ്ങളുടെ പ്രത്യേകതകളിലേക്ക് സംസാരം അനായാസം നീണ്ടു. ഇടയ്ക്ക് പ്രൊഫസർ തന്റെ തോളിലെ സഞ്ചിയിൽനിന്ന് ഒരു ടിൻ പുറത്തെടുത്തു. വർത്തമാനം പറഞ്ഞുകൊണ്ടിരിക്കെത്തന്നെ ടിന്നിൽനിന്ന് ഒരു മെഴുകുതിരിയും ഒരു കോർക്കും പുറത്തുവന്നു. ഈ മെഴുകുതിരിയെപ്പറ്റി 50 കാര്യങ്ങൾ പറയുമോ? ചോദ്യം. മറുപടി പറയവെ തന്നെ അടുത്ത ചോദ്യം. ഈ കോർക്ക് വെള്ളത്തിലിട്ടാൽ താഴുമോ? ഇല്ലെങ്കിൽ എങ്ങനെ താഴ്ത്തും? അങ്ങനെ വിവിധ ശാസ്ത്ര നിരീക്ഷണങ്ങളിലേക്ക് സംഭാഷണം നീണ്ടു.

അരവിന്ദാക്ഷൻമാഷ് കഥപറയുന്ന ലാഘവത്തോടെ ശാസ്ത്രപരീക്ഷണങ്ങൾ കുട്ടികൾക്ക് വിവരിച്ചുകൊടുത്തുകഴിഞ്ഞപ്പോൾ കൃഷ്ണകുമാർ കഥയുടെ മായാലോകത്തിലേക്ക് കുട്ടികളെ മാടിവിളിച്ചു.

കാതിലൊരാലോല-
മുഞ്ഞാലുകെട്ടിയ
മുത്തശ്ശി കഥയുടെ കെട്ടഴിച്ചു
കഥയുടെ കെട്ടിൽനിന്നാ
യിരം തൂമണി മുത്തുകൾ
ചുറ്റും ചിതറിവീണു.

മൂക്കില്ലാ രാജാവിന്റെയും രാക്ഷസൻ കട്ടുകൊണ്ടുപോയ രാജകുമാരിയുടെയും മുയലിനെ നാണം കെടുത്തിയ ആമയുടെയും കഥകൾ

ഇതൾ വിരിഞ്ഞു.

കഥ വരമ്പുംകേറി,-
കളിവരമ്പുംകേറി
കാര്യക്കരിമലയേറി ഞങ്ങൾ
കാതിലൊരാലോലം....

കളിവരമ്പത്ത്

രണ്ടാം ദിവസം ഉച്ചയ്ക്കുശേഷം ക്യാമ്പ് തെങ്ങുകൾ തണൽ വിരിച്ച വിശാലമായ ക്ഷേത്രപ്പറമ്പിലേക്ക് മാറി. *സംഘക്കളി*യുടെ കർത്താവായ സുരേന്ദ്രനാഥും ജി രാധാകൃഷ്ണനും കളികൾ പഠിപ്പിക്കാൻ തയ്യാർ. കുട്ടികൾക്ക് കൊടുത്ത കളികളിലൊന്ന് ഗ്രൂപ്പുകളായി തിരിഞ്ഞ് അരമണിക്കൂർകൊണ്ട് രണ്ടുമിനിറ്റുനേരത്തേക്കുള്ള ഒരു നാടകം സ്വന്തം ഭാവനയനുസരിച്ച് രൂപപ്പെടുത്താനായിരുന്നു. അദ്ധ്യാപകർക്കാകട്ടെ, വിഭിന്ന സ്വഭാവക്കാരായ നേതാക്കന്മാരുടെ നിർദ്ദേശങ്ങൾക്ക് മുമ്പാകെ തങ്ങൾ എങ്ങനെ പ്രതികരിക്കുമെന്ന് സ്വയം അനുഭവമുണ്ടാക്കുന്ന ഒരു കളി നല്കി. ഉഗ്രശാസനനായ ഒരു ഏകാധിപതിയോ, ഉറക്കംതൂങ്ങിയായ ഒരു മൂഢനോ, നിർദ്ദേശങ്ങൾ നല്കുകമാത്രം ചെയ്യുന്ന ഒരു ബ്യൂറോക്രാറ്റോ ആകാതെ കുട്ടികളുടെ കൂടെ ഇഴുകിച്ചേരുന്ന ഒരു കൂട്ടുകാരനാകുക - സുരേന്ദ്രനാഥ് കളിയിലൂടെ അവരോടുപദേശിച്ചു. കുട്ടികളെ ചിന്തിക്കാനനുവദിക്കുക. അവർക്കുവേണ്ടി മുതിർന്നവർ ചിന്തിക്കാതിരിക്കുക. കുട്ടികളുടെമേൽ ഒന്നും അടിച്ചേല്പിക്കാതിരിക്കുക. സുരേന്ദ്രനാഥ് രക്ഷാധികാരികളോട് പറഞ്ഞു.

സ്വല്പം നാടക ചർച്ച

കളിച്ചു ക്ഷീണിച്ചപ്പോഴേക്ക് വേവിച്ച മരിച്ചീനിയും ചായയും. വീണ്ടും ക്ലാസ്-നാടകങ്ങളെക്കുറിച്ച്. പ്രശസ്ത തെരുവുനാടകരചയിതാവായ എ ആർ ചിദംബരം നാടകകലയെക്കുറിച്ച് മൊത്തത്തിലും കുട്ടികൾക്കുള്ള നാടകങ്ങളെക്കുറിച്ച് വിശേഷിച്ചും സംസാരിച്ചു. തുടർന്ന് കളികളുടെ ഭാഗമായി കുട്ടികൾ അവതരിപ്പിച്ച നാടകങ്ങളിലൂന്നി ഹ്രസ്വമായ ഒരു ചർച്ച നടന്നു. കുട്ടികൾ കൃത്രിമ സ്വാധീനങ്ങളുടെ പിടിയിൽ അമർന്നിരിക്കുകയാണെന്നും കുട്ടികളുടെ നാടകങ്ങൾക്കായി പ്രത്യേകമൊരു ക്യാമ്പുതന്നെ സംഘടിപ്പിക്കേണ്ടതുണ്ടെന്നുമുള്ള അഭിപ്രായമാണ് പൊതുവിൽ അവിടെ ഉയർന്നത്. സ്കൂൾ പാഠപുസ്തകങ്ങളിലെ പാഠഭാഗങ്ങൾ പലതും നാടകരൂപത്തിലാക്കാൻ കഴിയുമെന്ന് ചർച്ചയിൽ പങ്കെടുത്ത് ഡോ. എം പി പരമേശ്വരൻ അഭിപ്രായപ്പെട്ടു. കുട്ടികൾ എന്തവതരിപ്പിക്കണമെന്ന് മുതിർന്നവർ വേണം തീരുമാനിക്കാനെന്നും അവരെ സ്വതന്ത്രരായി വിട്ടുകൂടെന്നും ചില ക്യാമ്പംഗങ്ങൾ അഭിപ്രായപ്പെടുകയുണ്ടായി.

നക്ഷത്രങ്ങളുമായി മുഖാമുഖം

അന്നു രാത്രിയും മൂന്നാംദിവസം വെളുപ്പിനും ഡോ. പരമേശ്വരന്റെ നേതൃത്വത്തിൽ ക്യാമ്പംഗങ്ങൾ നക്ഷത്രലോകവുമായി പരിചയപ്പെടാൻ ശ്രമിക്കുകയും നക്ഷത്രങ്ങൾ നോക്കി ദിക്ക് കണ്ടെത്തുന്നതിന്റെ പ്രാരംഭ പാഠങ്ങൾ പഠിക്കുകയും ചെയ്തു.

ബാലപ്രസിദ്ധീകരണങ്ങൾ

മൂന്നാംദിവസം രാവിലെ ക്യാമ്പ് ഡയറക്ടർ ടി നാരായണൻ 'കുട്ടികൾക്ക് വേണ്ടിയുള്ള പ്രസിദ്ധീകരണങ്ങൾ' എന്ന രേഖ ചർച്ചയ്ക്കായി അവതരിപ്പിച്ചു. ഇന്നുള്ള ബാലപ്രസിദ്ധീകരണങ്ങളിൽ ഏറിയകൂറും അശാസ്ത്രീയതയുടെയും അന്ധവിശ്വാസത്തിന്റെയും സ്വാധീനം കുട്ടികളിൽ നിലനിർത്താനും വളർത്താനും ശ്രമിക്കുന്നവയാണെന്ന് രേഖയിൽ ചൂണ്ടിക്കാട്ടി. *യുറീക്ക* തുടങ്ങിയ ഏതാനും പ്രസിദ്ധീകരണങ്ങൾ ഒഴിച്ചാൽ മിക്കവയുടെയും സ്ഥിതി ഇതാണ്. സ്വന്തമായി ബാലപ്രസിദ്ധീകരണങ്ങൾ തുടങ്ങാൻ കഴിയുന്നതുവരെ ഇന്ന് നിലവിലുള്ളവയെ ആശ്രയിക്കുക മാത്രമാണ് ചെയ്യാൻ കഴിയുക. നാടൻപാട്ടുകളുടെയും പഴങ്കഥകളുടെയും രത്നഖനികൾ ഉപയോഗിക്കുക, അവ സംസ്കരിച്ച് പുനരാഖ്യാനങ്ങൾ രചിക്കുക, മലയാളത്തിലെ കവിതാ–ചെറുകഥാ പ്രസ്ഥാനങ്ങളിലെ തെരഞ്ഞെടുത്ത ഭാഗങ്ങളുമായി കുട്ടികളെ പരിചയപ്പെടുത്തുക, വിശ്വസാഹിത്യത്തിലെ മുത്തുകൾ നേരിട്ടും പുനരാഖ്യാനം ചെയ്തും ഉപയോഗിക്കുക തുടങ്ങി ഭാവിയിൽ നാം നേരിട്ടു നടപ്പാക്കേണ്ട കാര്യങ്ങൾ ഇന്ന് നിലവിലുള്ള ബാലപ്രസിദ്ധീകരണങ്ങളിലൂടെ നടപ്പിലാക്കാൻ പ്രേരിപ്പിക്കാവുന്നതാണ്. *ദേശാഭിമാനി* വാരിക, വാരാന്തപ്പതിപ്പ്, പത്രം എന്നിവയിൽ കുട്ടികൾക്ക് കൂടുതൽ സ്ഥലം നീക്കിവെക്കാൻ ആവശ്യപ്പെടേണ്ടതാണ്.

ഈ രേഖയോടൊപ്പം, യൂണിറ്റുകളുടെ ദൈനംദിന പ്രവർത്തനങ്ങൾക്കുള്ള ഒരു രൂപരേഖയും ടി നാരായണൻ ക്യാമ്പംഗങ്ങളുടെ മുമ്പാകെ വെച്ചു. അനുസ്മരണദിനങ്ങൾ, സഹവാസക്യാമ്പുകൾ, ഓണാഘോഷം എന്നീ പരിപാടികളെക്കുറിച്ച് ആലോചിക്കുന്നതോടൊപ്പം കുട്ടികൾക്ക് പരിചയപ്പെടുത്തേണ്ട അമ്പതോ നൂറോ വിഷയങ്ങൾ തെരഞ്ഞെടുക്കാൻ ക്യാമ്പംഗങ്ങളോട് ആവശ്യപ്പെടുകയും ചെയ്തു.

മൂന്ന് ദിവസത്തെ ക്യാമ്പ് അതിന്റെ നിഗമനങ്ങളിലേക്കും വ്യക്തമായ തീരുമാനങ്ങളിലേക്കും നീങ്ങുകയാണ്. അവശേഷിച്ച ഒരു മണിക്കൂർകൊണ്ട് വരുന്ന രണ്ട് മൂന്നു കൊല്ലക്കാലത്തെ പ്രവർത്തനങ്ങൾക്ക് രൂപംനല്കാനുള്ള ആവേശംകൊണ്ട് ഗ്രൂപ്പ് ചർച്ചകൾ സജീവങ്ങളായി.

മൂന്നാംദിവസം ഉച്ചകഴിഞ്ഞ് പൊതു ചർച്ചയ്ക്കായി വീണ്ടും ചേർന്നപ്പോൾ ഗ്രൂപ്പ് കൺവീനർമാർ തങ്ങൾ ചർച്ച ചെയ്തംഗീകരിച്ച നിഗമനങ്ങൾ അവതരിപ്പിച്ചു. ഏറക്കുറെ സമാനമായിരുന്ന ഈ നിഗമനങ്ങൾ

ക്രോഡീകരിച്ചുകൊണ്ട് സംസ്ഥാന രക്ഷാധികാരി എസ് രാമചന്ദ്രൻപിള്ള തുടർന്ന് സംസാരിച്ചു.

ഭാവിയിലേക്കുള്ള മാർഗ്ഗരേഖ

ക്യാമ്പിന് അതിന്റേതായ പരിമിതികളുണ്ടെന്ന് എസ് ആർ പി വിശദീകരിച്ചു. ക്യാമ്പിൽ പങ്കെടുത്തവരിൽ ബാലസംഘം പ്രവർത്തനത്തിന്റെ അനുഭവമുള്ളവർ മാത്രമല്ല, യാതൊരു അനുഭവവുമില്ലാത്തവരും പങ്കെടുത്തിട്ടുണ്ട് എന്നതാണ് പരിമിതികൾക്ക് മുഖ്യ നിദാനം.

ബാലസംഘത്തിന്റെ ഉദ്ദേശ്യലക്ഷ്യങ്ങളെക്കുറിച്ച് സമാനമായ ഒരു ധാരണ ഉരുത്തിരിഞ്ഞു വന്നിട്ടുണ്ട് എന്ന് എസ് ആർ പി ചൂണ്ടിക്കാട്ടി. പാത്രം നിറയ്ക്കലല്ല, നിറയ്ക്കാനുള്ള പാത്രം ഉണ്ടാക്കലാണ് ബാലസംഘംകൊണ്ട് ഉദ്ദേശിച്ചിരിക്കുന്നത്. കായികവും മാനസികവുമായ കഴിവുകൾ വളർത്തിയെടുക്കുക. കുട്ടികൾ വളർന്നുവരുമ്പോൾ ശരിയേ സ്വീകരിക്കൂ.

രക്ഷാധികാരികളെക്കുറിച്ചും വ്യക്തമായ ധാരണ ഉണ്ടായിട്ടുണ്ട്. ഔചിത്യബോധമുള്ള രക്ഷാധികാരികൾ വേണം. അവർ ആയിരക്കണക്കിനു വേണം. അവർ കുട്ടികളുടെ ചേട്ടന്മാരോ ചേച്ചിമാരോ കൊച്ചമ്മാന്മാരോ അമ്മായിമാരോ എന്ന നിലയ്ക്ക് പ്രവർത്തിക്കണം. മുഖ്യജോലി രക്ഷാധികാരികൾ തന്നെ ചെയ്യണം. ഒന്നാം തരം കുട്ടികളെ കണ്ടുപിടിച്ച് ബാലസംഘത്തിന്റെ നേതാക്കന്മാരാക്കാൻ കഴിയണം.

കുട്ടികളുടെ കഴിവുകൾ വളർത്താൻ പറ്റിയ ഏത് രീതിയും സ്വീകരിക്കാം. ഒന്നും നിഷിദ്ധമല്ല. ഏത് വിഷയവും അവരെ പഠിപ്പിക്കാനായി സ്വീകരിക്കാം. യൂണിറ്റുകൾ കൂടുന്നതിനും കൂടി ചർച്ച ചെയ്യുന്നതിനുമുള്ള അവസരമൊരുക്കാനാണ് അനുസ്മരണദിനങ്ങൾ നിർദ്ദേശിച്ചത്. അവയുടെ എണ്ണം കൂട്ടുകയോ കുറയ്ക്കുകയോ ആകാം.

കഥകളുടെയും നാടകങ്ങളുടെയും പാട്ടുകളുടെയും ഉള്ളടക്കത്തെക്കുറിച്ച് ഇപ്പോൾ ഒരു തർക്കം അനാവശ്യമാണെന്ന് എസ് ആർ പി തറപ്പിച്ചു പറഞ്ഞു. കിട്ടുന്നവ ഇപ്പോൾ ഉപയോഗിക്കുക. കരയ്ക്കുനിന്ന് മീൻ പിടിക്കാൻ ആവില്ല. തള്ളുന്നതും കൊള്ളുന്നതും പിന്നീടാകാം. പഴയ കഥകളുടെ പുനരാഖ്യാനങ്ങളും പുതിയ പാട്ടുകളും പുതിയ നാടകങ്ങളും ഒക്കെ ഉണ്ടാകട്ടെ. അവ ഉണ്ടാകുന്നതുവരെ തർക്കിച്ചു കാത്തിരുന്നാൽ കുട്ടികൾ ഇപ്പോൾ കിട്ടുന്നവയുടെ പിന്നാലെ പോകും.

സ്വന്തമായി പ്രസിദ്ധീകരണം തുടങ്ങണമെന്ന ആവശ്യം എസ് ആർ പി തള്ളിക്കളഞ്ഞില്ല. ഇപ്പോൾ തുടങ്ങിയാൽ ഇടയ്ക്കുവെച്ച് നിന്നുപോകും. ബാലസംഘം എല്ലാ ജില്ലയിലും വളരട്ടെ. അപ്പോൾ പ്രസിദ്ധീകരണവും ഉണ്ടാകും. കുറേ പുസ്തകങ്ങൾ ഉടനെ വേണം. കഴിവുള്ളവർ എഴുതിത്തരണമെന്ന് എസ് ആർ പി അഭ്യർത്ഥിച്ചു. ക്യാമ്പിലെ രേഖകൾ ആവശ്യമായ മാറ്റം വരുത്തി പുസ്തകമാക്കുന്നതാണെന്നും എസ് ആർ പി അറിയിച്ചു.

വരുന്ന ഒന്നു രണ്ടുമാസത്തിനകം എല്ലാ ജില്ലകളിലും രക്ഷാധികാരി ക്യാമ്പുകൾ തുടങ്ങണമെന്ന് എസ് ആർ പി നിർദ്ദേശിച്ചു. കുട്ടികളെ പങ്കെടുപ്പിച്ചുള്ള സഹവാസ ക്യാമ്പുകളും എല്ലാ ജില്ലകളിലും ഇതേ കാലയളവിനുള്ളിൽത്തന്നെ നടക്കണം. ഓണക്കാലത്ത് കലാമത്സരങ്ങൾ, കായികമേളകൾ, യോഗങ്ങൾ, ഘോഷയാത്ര എന്നിവ നടത്തണം. ഓണം ബാലസംഘം കുട്ടികളുടെ ഉത്സവമാക്കണം.

രക്ഷാധികാരികൾ ഹൈസ്കൂൾതലം വരെയുള്ള പാഠപുസ്തകങ്ങൾ പഠിക്കണമെന്നും പാഠപുസ്തകങ്ങൾ അടിസ്ഥാനമാക്കി ക്യാമ്പുകൾ നടത്തണമെന്നും എസ് ആർ പി നിർദ്ദേശിച്ചു. മൂന്നു മാസത്തിലൊരിക്കൽ ജില്ലാ രക്ഷാധികാരികൾ സംസ്ഥാനതലത്തിൽ യോഗം ചേരുകയും അനുഭവങ്ങൾ കൈമാറുകയും വേണം. അങ്ങനെ കുറെ കാലത്തെ പ്രവർത്തനത്തിലൂടെ തെറ്റുകളും കുറവുകളും തീർക്കാനാകും— എസ് ആർ പി ആത്മവിശ്വാസത്തോടെ പറഞ്ഞുനിർത്തി.

ഒരു പുതിയ ചക്രവാളം

ബാലസംഘം രക്ഷാധികാരികൾക്കായുള്ള നാലാമത്തെ ക്യാമ്പായിരുന്നു അരുവിപ്പുറത്തുനടന്നത്. പേരൂർക്കടയിലും കായംകുളത്തും പാപ്പിനിശ്ശേരിയിലും നടന്ന ക്യാമ്പുകളുടെ അനുഭവങ്ങൾ ബാലസംഘത്തെ കഴിഞ്ഞ രണ്ടു വർഷക്കാലംകൊണ്ട് ബഹുദൂരം മുന്നോട്ടു കൊണ്ടുപോയിട്ടുണ്ട്. ആ ക്യാമ്പുകളുടെയും തുടർന്നു സംസ്ഥാനമാകെ നടന്ന പ്രവർത്തനങ്ങളുടെയും പശ്ചാത്തലത്തിൽ സംഘടിപ്പിച്ച അരുവിപ്പുറം ക്യാമ്പ് ബാലസംഘത്തിന്റെ പ്രവർത്തനങ്ങളിൽ ഒരു വലിയ കുതിച്ചുചാട്ടത്തിന് കാരണമാകും എന്നതിൽ സംശയമില്ല. അർപ്പണബുദ്ധിയുള്ളവരും ഭാവനാസമ്പന്നരും കാര്യശേഷിയുള്ളവരുമായ ഒരു സംഘം രക്ഷാധികാരികൾക്ക് പ്രവർത്തനത്തിന്റെ ഒരു വലിയ ചക്രവാളം തുറന്നുകാട്ടാൻ നിശ്ചയമായും അരുവിപ്പുറം ക്യാമ്പ് സഹായിച്ചിട്ടുണ്ട്. കരുത്തുറ്റ ഒരു പുത്തൻതലമുറയെ കേരളത്തിൽ വളർത്തിയെടുക്കുന്നതിൽ ഈ രക്ഷാധികാരികൾ കാര്യമായൊരു പങ്ക് വഹിക്കുമെന്നുറപ്പാണ്.

പിഞ്ചോമനകൾ പൂമ്പാറ്റകളെപ്പോലെ

അ.... അമ്മ... അരിവാൾ.. അടിമ... അടിമത്തം
ഇ... ഇടവം... ഇടവപ്പാതി... ഇടിമിന്നൽ
ഉ... ഉപ്പ്. ഉടമ... ഉടവാൾ... ഉടമസ്ഥൻ
ക... കറ്റക്കന്നിവയൽ... കന്നി
ക്കൊയ്ത്ത്... കരിമേഘം
ച... ചങ്ങല... ചമ്മട്ടി... ചങ്കു
കലങ്ങണ് ചങ്ങാതീ..
പ... പാടം... പണിയാളി...
പാരിനെവെല്ലും പടയാളി.

കുരുന്നുഹൃദയങ്ങൾ അക്ഷരപ്പൂക്കൾ കൊരുത്ത് ലോലമായ കാവ്യഭാവനയുടെ മാല കോർക്കുകയും ആശയങ്ങളുടെ ലോകത്തേക്ക് പൂമ്പാറ്റകളെപ്പോലെ പറന്നുയരുകയുമാണ്. പാട്ടുകളരിയിൽ പഠിച്ച ഗാനത്തിന്റെ ഈരടികൾ ഇരുന്നൂറോളം ഇളംകണ്ഠങ്ങളിൽനിന്ന്, ഈണത്തിലുയർന്നപ്പോൾ കേട്ടുനിന്ന രക്ഷാധികാരികളും രക്ഷിതാക്കളും മാത്രമല്ല, തിരുവനന്തപുരത്തെ സംഗീതകോളേജ് ആഡിറ്റോറിയത്തിൽ കൂടിയ മുതിർന്നവരാകെ പ്രായംമറന്ന് ആ പാട്ട് ഏറ്റുപാടി. സപ്തസ്വരങ്ങളുടെ മന്ത്രദ്ധ്വനി നിത്യവും ഉയരുന്ന സംഗീത കോളേജ് വളപ്പിലെ മണൽത്തരികൾ കോൾമയിർക്കൊണ്ടു. ശൈലജച്ചേച്ചിയും ഹർഷകുമാറും പഠിപ്പിച്ചു, പിരപ്പൻകോട് മുരളി രചിച്ച മണ്ണിന്റെ മണമുള്ള ഗാനം.

"കുതിരത്തലയോളം വലിപ്പമുള്ള സ്വർണ്ണത്തിന് എന്തു വിലവരും തമ്പ്രാനേ?" കൃഷിക്കാരൻ ജന്മിത്തമ്പുരാനോട് ചോദിക്കുകയാണ്. തന്റെ കൂട്ടുകാരോട് ഒരു പന്തയംവെച്ച് എത്തിയിരിക്കുകയാണ് തമ്പ്രാന്റെ മാളികയിൽ കൃഷിക്കാരൻ. ജന്മിയോടൊപ്പമിരുന്ന് താൻ ഉണ്ണുമെന്നാണ്

ഗൗരിയമ്മ

പന്തയം. "നീയങ്ങോട്ട് ചെല്ല്. ഇപ്പം വിളിച്ചിരുത്തി ഊട്ടും." കൂട്ടുകാരുടെ കളിയാക്കൽ അയാളുടെ മോഹത്തിന് വാശിയുടെ എരിവ് പകർന്നിട്ടുണ്ട്. ജന്മിയുടെ ബംഗ്ലാവിൽ നടന്ന വീരസാഹസികരംഗങ്ങൾ അരങ്ങത്ത് ഇതൾ വിടർന്നു. പ്രൊഫസർ പി കെ വേണുക്കുട്ടൻനായരുടെ നേതൃത്വത്തിൽ ക്യാമ്പദ്ധ്യാപകർ എ ആർ ചിദംബരം, ഷറഫുദ്ദീൻ, വിജയരംഗൻ തുടങ്ങിയവർ നല്കിയ ക്രിയാപാഠങ്ങൾ ഉൾക്കൊണ്ട് കുട്ടികൾ 15 മിനിറ്റ് നീണ്ടുനിന്ന നാടകം തന്മയത്വത്തോടെ അവതരിപ്പിച്ചു. മറ്റു കുട്ടികളോടൊപ്പം മുതിർന്നവരായ കാണികളും അത്ഭുതാഹ്ലാദങ്ങളോടെ കരഘോഷത്തിൽ പങ്കുചേർന്നു.

മൂന്നു ദിവസമായി തിരുവനന്തപുരത്ത് സംഗീത കോളേജ് വളപ്പിലെ മരച്ചുവടുകളിലും ഹാളുകൾക്കുള്ളിലും ബാലസംഘം തിരുവനന്തപുരം ജില്ലാ കമ്മിറ്റിയുടെ ആഭിമുഖ്യത്തിൽ നടന്ന ക്യാമ്പ് മെയ് 10 ന് വൈകിട്ട് 6 മണിക്ക് സമാപിക്കുകയായിരുന്നു.

ചിത്രരചനക്കളരിയിലെ വിശാലമായ ഹാളിലെ നിലത്ത് നിവർത്തിയിട്ട നീളമുള്ള ക്യാൻവാസിൽ ഇരുപതും മുപ്പതും കുട്ടികൾ കൂട്ടായി വരച്ച ചിത്രങ്ങൾ ആഡിറ്റോറിയത്തിനകത്തും പുറത്തുമുള്ള ചുവരുകളെ അലങ്കരിച്ചിരുന്നു. "എനിക്ക് ചിത്രം വരയ്ക്കാനറിഞ്ഞുകൂടാ" എന്ന് നാണത്തോടെ ശങ്കിച്ച് മാറിനിന്ന കുട്ടികൾപോലും ഒരു മണിക്കൂർ നേരം ചായങ്ങളുടെ ലോകത്ത് കഴിഞ്ഞപ്പോൾ സ്വന്തം ഭാവനയുടെ നിറപ്പൊലിമ കടലാസിൽ പകരാൻ തയ്യാറായി. ചായക്കോലുകളും നിറക്കൂട്ടുകളും കൈയിൽ കൊടുത്ത് അദ്ധ്യാപകർ നേമം പുഷ്പരാജും ബിജുവും രവീന്ദ്രനും അവരെ പ്രോത്സാഹിപ്പിച്ചു. "വരയ്ക്കുക— നിങ്ങളുടെ മനസ്സിലുള്ള ചിത്രം നിങ്ങൾക്കിഷ്ടംപോലെ വരയ്ക്കുക." പൂവും പുലരിയും വീടും കാടും നക്ഷത്രങ്ങളും നാട്ടിൻപുറവും അരിവാളും ചുറ്റികയും പിഞ്ചു കരങ്ങൾ പിടിച്ച ബ്രഷുകളിൽനിന്നുയിർക്കൊണ്ടു.

ബാലസംഘം പ്രവർത്തകർ ഇത്തവണ പുതിയൊരു പരീക്ഷണത്തിനാണ് തുനിഞ്ഞത്. ഒരേ സമയത്ത് ഏഴു കളരികൾ. ആകെ ഇരുന്നൂറു കുട്ടികൾ. ഇരുപത്തഞ്ചും മുപ്പതും കുട്ടികൾ ഏഴു കൂട്ടങ്ങളായി പിരിഞ്ഞ് മൂന്നു ദിവസംകൊണ്ട് നാടകം, പാട്ട്, കവിത, കഥ, ചിത്രരചന, ശാസ്ത്രപരീക്ഷണങ്ങൾ, ചരിത്രം, രൂപനിർമ്മാണം എന്നീ ഏഴു വിഷയങ്ങളിൽ പരിചയം നേടി. ഈ ഏഴു കളരികളിൽനിന്ന് ഒരേ സമയത്ത്

ഓരോ കുട്ടിക്കും എല്ലാ വിഷയങ്ങളിലും പ്രാഥമികമായ പരിചയം. പ്രത്യേകിച്ച് പ്രതിഭ കാട്ടുന്ന കുട്ടികൾക്ക് തങ്ങളുടെ വിരുത് സ്വതന്ത്രമായി പ്രകടിപ്പിക്കാനവസരം – ഇതാണ് ഈ ക്യാമ്പിലൂടെ ഉദ്ദേശിച്ചത്. ചിട്ടയോടെ കുട്ടികൾ ഓരോ മണിക്കൂർ കഴിയുമ്പോൾ ഒരു കളരിയിൽനിന്നു മറ്റൊരു കളരിയിലേക്ക് നീങ്ങി. ഓരോ കളരിയിലും അദ്ധ്യാപകർ അവരെ കാത്തിരുന്നു. വിശ്രമമില്ലാത്ത മൂന്നു പകലുകൾ, ഏറെ രാച്ചെല്ലുന്നതുവരെ ഉണർന്നിരിക്കുന്ന രണ്ടു രാവുകൾ. നേരത്തെ ഉണർന്ന രണ്ടു പ്രഭാതങ്ങളിൽ അവർ വ്യായാമമുറകളും യോഗാസനത്തിന്റെ പ്രാഥമിക പാഠങ്ങളും അശോകൻ, സുബ്ബയ്യൻ, ബാലചന്ദ്രൻ എന്നീ അദ്ധ്യാപകരിൽനിന്നു പഠിച്ചു. രണ്ടാം ദിവസം വൈകുന്നേരം സുരേന്ദ്രനാഥും മധുവും ജി രാധാകൃഷ്ണനും ചേർന്ന് നാടൻ കളികളും തമാശക്കളികളും കാര്യക്കളികളും അവരെ പഠിപ്പിച്ചു.

ശാസ്ത്രപാഠങ്ങളും കളിയുടെ രൂപത്തിൽ. മാനത്ത് മാരിവില്ലെന്തുകൊണ്ട്, താരങ്ങൾ മിന്നുന്നതെന്തുകൊണ്ട് – ശാസ്ത്രകൗതുകത്തിന്റെ ഈരടികൾ പാടി ശാസ്ത്രക്കളരിയിലെത്തിയ കുട്ടികളുടെ കൂട്ടങ്ങളെ പ്രൊഫ. സി പി അരവിന്ദാക്ഷന്റെ നേതൃത്വത്തിൽ ശ്രീകുമാറും അബ്ദുൾറബ്ബും ദാനശീലനും സ്വീകരിച്ചു. "പഞ്ചേന്ദ്രിയങ്ങളിലൂടെ നിങ്ങൾ ലോകത്തെ അറിയുക. എന്തിനെയും ചോദ്യം ചെയ്യുക. എന്തിനെപ്പറ്റിയും ചിന്തിക്കുക. പൂച്ചയ്ക്കും പട്ടിക്കും ചിന്തിക്കാൻ കഴിയുമോ? മനുഷ്യനേ അതിന് കഴിയൂ. അതിനാൽ മനുഷ്യനാകാൻ വേണ്ടി ചിന്തിക്കുക." സ്വതസ്സിദ്ധമായ നർമ്മബോധത്തോടെ അരവിന്ദാക്ഷൻമാഷ് ശാസ്ത്രത്തിന്റെ സങ്കീർണ്ണതകളിലേക്ക് കുട്ടികളെ കൈപിടിച്ചു കയറ്റി. അവർക്ക് വായുവിന്റെ രുചി അറിയണം. വായുവിനെ കാണാൻ കഴിയാത്തതിന്റെ രഹസ്യമറിയണം. ചിലർക്ക് അറിയേണ്ടത് നക്ഷത്രയുദ്ധത്തെക്കുറിച്ചാണ്. അവർ സ്വയം ലഘുവായ ശാസ്ത്രപരീക്ഷണങ്ങൾ നടത്തി. ഹായ്! ശാസ്ത്രം ഇത്ര രസകരമാണോ?

പഞ്ഞികൊണ്ട് പാവകൾ. തീപ്പെട്ടിക്കമ്പും വാൾവ് ട്യൂബും ഉപയോഗിച്ച് റോക്കറ്റ്, കാറ്, ജ്യോമിതീയരൂപങ്ങളിൽ വെട്ടിയിട്ട വർണ്ണക്കടലാസ് തുണ്ടുകളുപയോഗിച്ച് നിരവധി രൂപമാതൃകകൾ, കടലാസുതോണി, ഓലപ്പന്ത്, മഷിയും നൂലുമുപയോഗിച്ച് മെനഞ്ഞെടുക്കുന്ന വർണ്ണചിത്രങ്ങൾ... കോർക്കും സൂചിയുമുപയോഗിച്ച് മേശയും കസേരയും മറ്റു ഫർണിച്ചറുകളും. കരവിരുതിന്റെ ലോകത്തിലേക്ക് മാവുങ്കൽ ഗോപിനാഥ് കുട്ടികളെ കൈപിടിച്ചു കയറ്റിയപ്പോൾ കുട്ടികൾ സമയം പോയതറിഞ്ഞില്ല.

കരവിരുതുകളുടെ ലോകത്തുനിന്ന് ചരിത്രക്കളരിയിലേക്ക്. "അമേരിക്കൻ മോഡൽ സ്വതന്ത്രതിരുവിതാംകൂർ റിപ്പബ്ലിക്കി"ന്റെ പേരിൽ സ്വേച്ഛാധിപത്യവാഴ്ചയ്ക്കു മലയാളനാട്ടിൽ നങ്കൂരമിറക്കാൻ ശ്രമിച്ച സി പി രാമസ്വാമി അയ്യരുടെ മൂക്കുവെട്ടി ആരുവാമൊഴിവഴി പലായനം ചെയ്യിച്ച സംഭവത്തിനു ദൃക്സാക്ഷിത്വം വഹിച്ച മണ്ണ്. അവിടുത്തെ മരച്ചുവട്ടിൽ മാനവരാശിയുടെ മുന്നേറ്റത്തിന്റെ ചരിത്രം പ്രൊഫ. കാർത്തി

കേയൻനായരും ഷൺമുഖൻ ആശാരിയും ശിശുപാലപണിക്കരും ലക്ഷ്മീകാന്തനും സരളമായി വിവരിച്ചു. കുട്ടികളുടെ കണ്ണുകളിൽ ഭൂതകാലത്തെ കുറിച്ചുള്ള വിസ്മയത്തിന്റെയും വർത്തമാനത്തെപ്പറ്റിയുള്ള പ്രത്യാശയുടെയും ഭാവിയെക്കുറിച്ചുള്ള ആകാംക്ഷയുടെയും തിളക്കം!

എസ് രാമചന്ദ്രൻ പിള്ള

കഥക്കളരിയിൽ കുട്ടികളെ കാത്തിരുന്നത് കഥ പറഞ്ഞ് പുരോഗമനമലയാള മനസ്സിന്റെ മനംകവർന്ന പ്രൊഫ. എം കെ ഗംഗാധരനും കൂട്ടുകാരും. ജന്തുകഥകളും നാടോടിക്കഥകളും കേട്ട് കൊച്ചുകുട്ടികൾ രസിച്ചു. സമരകഥകളും ചരിത്രകഥകളും ചെവിക്കൊണ്ട് മുതിർന്നകുട്ടികൾ ആവേശംകൊണ്ടു. കെ കെ കൃഷ്ണകുമാറും രാധാമണിയും സൂര്യക്കോട് നടേശനും മനസ്സിലേറ്റിവന്ന കഥച്ചാക്കുകൾ കുട്ടികളുടെ മനസ്സിലേക്ക് ചൊരിഞ്ഞു. കഥാരചനയുടെയും കഥപറയലിന്റെയും ടെക്നിക്കുകൾ അവരെ ധരിപ്പിച്ചു. കുറേ കഥകൾ കേട്ടപ്പോൾ കുട്ടികൾക്കും പറയണം കഥകൾ. അവരും കഥ പറഞ്ഞു.

കഥക്കളരിക്കു തൊട്ടടുത്താണ് പാട്ട് – കവിതക്കളരി.

"ആയി! ഠായി മിഠായി
തിന്നുമ്പോഴെന്തിഷ്ടായി."

കുഞ്ഞുണ്ണിക്കവിതയുടെ മാധുര്യം നുണഞ്ഞുകൊണ്ടാണ് ഓരോ പാട്ട് – കവിതക്കളരിയും ആരംഭിച്ചത്. കവിത മിഠായിപോലെ മധുരമാണോ? പുതിയൊരു അനുഭവമായിരുന്നു അത്, കുട്ടികൾക്ക്. ലളിതമായ കവിതകൾ ഹരിദാസും മധുവും ചൊല്ലിക്കൊടുത്തത് കൂട്ടായിപ്പാടി താളബോധത്തിന്റെ ആദ്യപാഠങ്ങൾ അവർ പഠിച്ചു. താളത്തിന്റെ പടവുകൾ ചവുട്ടിക്കയറി ഗാനങ്ങൾ പാടാൻ അഭ്യസിച്ചു.

ഒരു പുളിമരച്ചുവട്ടിലെ വിസ്തൃതമായ തണലിലാണ് നാടകനിർമ്മാണത്തിന്റെ ചുവടുവയ്പുകൾ കുട്ടികൾ അഭ്യസിച്ചത്. അദ്ധ്യാപകർ കുട്ടികൾക്ക് ഒരു കഥയുടെ തുടക്കവും പ്രധാന കഥാപാത്രങ്ങളുടെ സ്വഭാവവും വിവരിക്കുന്നു. ഈ സൂചനകളിൽനിന്ന് സുഘടിതമായൊരു കഥയുണ്ടാക്കി അതൊരു നാടകമായി അവതരിപ്പിക്കണം. അത് കുട്ടികൾ വേണം ചെയ്യാൻ. ഇതിവൃത്തം തയ്യാറായി. ഡയലോഗും റെഡി. ഇതാ നാടകം അരങ്ങേറിക്കഴിഞ്ഞു. വെട്ടും കിളയും നടീലും ഞാറ്റുപാട്ടും കൊയ്ത്തുപാട്ടും രാഗവും ദ്വേഷവും ധാർഷ്ട്യവും ശുംഭത്തവും എല്ലാം രംഗത്ത്. കണ്ടിരുന്നവർ വിമർശകരായി. കൂട്ടായ പ്രവർത്തനത്തിലൂടെ എങ്ങനെ നാടകം അരങ്ങേറാം എന്നതിന്റെ ബാലപാഠങ്ങൾ.

നിറങ്ങളും താളങ്ങളും ചുവടുകളും മാത്രമല്ല, ക്യാമ്പ് സന്ദർശിച്ച

മുഖ്യമന്ത്രി നായനാരുടെയും മന്ത്രി ഗൗരിയമ്മയുടെയും സാന്നിദ്ധ്യവും കുട്ടികൾക്ക് നന്നെ ഇഷ്ടപ്പെട്ടു. അവർ സ്വന്തം ബാല്യകാലാനുഭവങ്ങൾ വിസ്തരിച്ചത് മുത്തശ്ശിക്കഥ കേൾക്കുന്ന ഇമ്പത്തോടെ അവർ കേട്ടു. നായനാർ അവർക്കു തോഴനായി ഒന്നരമണിക്കൂർ സമയത്തേക്ക്. തന്റെ കുട്ടിക്കാലത്തെ ബാലസംഘം പ്രവർത്തനങ്ങൾ അദ്ദേഹം അനുസ്മരിച്ചു. ചെണ്ടകൊട്ടിയും ചിരട്ട മുട്ടിയും പകൽ ചൂട്ടുകത്തിച്ചും ജന്മിത്തത്തിനും സാമ്രാജ്യത്വത്തിനും എതിരായി കുട്ടിക്കാലത്തെ പൊരുതിയതും പല വട്ടം പൊലീസ് സ്റ്റേഷനിൽ പോകേണ്ടിവന്നതും നായനാർ വിവരിച്ചു. പാരതന്ത്ര്യത്തിന്റെ കൈവിലങ്ങുകൾ പൊട്ടിച്ചെറിഞ്ഞ് വർഷം പലതു കഴിഞ്ഞ ഇന്ന് സ്വതന്ത്രവായു ശ്വസിച്ചുകൊണ്ട് ഒരു നല്ല പ്രഭാതത്തിനു വേണ്ടി പ്രവർത്തിക്കാൻ മുഖ്യമന്ത്രി കുട്ടികളോട് ആവശ്യപ്പെട്ടു. മുഖ്യ മന്ത്രിയോട് കുട്ടികൾ സല്ലപിച്ചു. അവരുടെ പ്രശ്നങ്ങൾ അവതരിപ്പിച്ചു. പ്രത്യയശാസ്ത്രപരമായ സംശയങ്ങൾ ചോദിച്ചു. അവർ മുഖ്യമന്ത്രിയുടെ കൈയിലും ദേഹത്തും തൊട്ടു. കുഞ്ഞിക്കണ്ണുകളിൽ അഭിമാനത്തിന്റെ തിളക്കം!

മക്കളില്ലാത്ത ഗൗരിയമ്മയ്ക്ക് നാടിന്റെ മക്കളെ സ്വന്തമായി കിട്ടി, ക്യാമ്പിൽ വന്നപ്പോൾ. എന്താ ഞാനിവരോടു പറയുക എന്നായിരുന്നു തുടക്കത്തിൽ അവർക്കു പരിഭ്രമം. പറഞ്ഞുതുടങ്ങിയപ്പോൾ ഗൗരിയ മ്മയ്ക്കു പലതും പറയാനുണ്ടായിരുന്നു. നമ്മുടെ രാജ്യത്തിന്റെ മഹത്തായ പൈതൃകത്തെപ്പറ്റി, സ്വാതന്ത്ര്യസമരത്തെപ്പറ്റി, ഇന്നും നില നില്ക്കുന്ന ദുരിതങ്ങളെപ്പറ്റി. "എന്റെ കുഞ്ഞുങ്ങളെ, കുട്ടികളില്ലാത്ത എനിക്ക് നിങ്ങളോടെങ്ങനെ പെരുമാറണമെന്നറിയില്ല. പക്ഷേ, നിങ്ങളി ലാരും വിശന്ന് കരയാത്ത, സംതൃപ്തിയോടെ ചിരിക്കുന്ന ഒരു കാലം വരണം, അതു വരുമെന്നെനിക്കുറപ്പുണ്ട്." ഗൗരിയമ്മ പറഞ്ഞു നിർത്തി യപ്പോൾ കേട്ടുനിന്ന മുതിർന്നവരുടെ കൺകോണുകൾ ഈറനണിഞ്ഞു.

ബാലസംഘം തിരുവനന്തപുരം ജില്ലാ സെക്രട്ടറി എൻ ആർ ഹരി കുമാർ പതാക ഉയർത്തിയതോടെയാണ് ക്യാമ്പ് സമാരംഭിച്ചത്. "താതെ യ്യപ്പാട്ട്" പാടി കുട്ടികൾതന്നെ ക്യാമ്പ് നടപടികൾക്ക് തുടക്കംകുറിച്ചു. സ്വാഗതസംഘം ചെയർമാൻ എം വിജയകുമാർ എം എൽ എയും കേരള സർവ്വകലാശാല യൂണിയൻ ചെയർമാനും ബാലസംഘം ജില്ലാ പ്രസി ഡന്റുമായ എൻ സുകന്യയും ഏറെ സമയം കുട്ടികളോടൊപ്പം ചെലവ ഴിച്ചു.

ഇനിയുമിനിയും ഇത്തരം ക്യാമ്പുകൾ വേണമെന്ന് സമാപന ചർച്ച യിൽ ആവർത്തിച്ചാവർത്തിച്ച് കുട്ടികൾ പറഞ്ഞു. "സമയം പോരായി രുന്നു" എന്നായിരുന്നു അവരുടെ ഏറ്റവും വലിയ പരാതി.

അദ്ധ്യാപകരും രക്ഷാധികാരികളും പ്രത്യേകമായി ചേർന്ന് ക്യാമ്പിന്റെ വിജയപരാജയങ്ങൾ വിലയിരുത്തി. അവിടെ നടന്ന ചർച്ച സമാപിപ്പിച്ചുകൊണ്ട് ജില്ലാ രക്ഷാധികാരിമാരായ ജനാർദ്ദനൻ ആശാ രിയും എ സുധാകരനും സംസാരിച്ചു.

ഇ കെ നായനാർ കുട്ടികളുമായി സംവദിക്കുന്നു

പരിമിതികളുടെ പരാധീനതകൾ കണക്കിലെടുത്താൽ ക്യാമ്പ് ഒരു വലിയ വിജയമായിരുന്നെന്ന് പൊതു ചർച്ച സമാപിപ്പിച്ചുകൊണ്ട് ക്യാമ്പ് ഡയറക്ടർ ടി നാരായണൻ പറഞ്ഞു. അദ്ധ്യാപകരും രക്ഷാധികാരികളും ബാലസംഘം ജില്ലാ ഭാരവാഹികളും ഒന്നിച്ചിരുന്ന് വീണ്ടും ചർച്ച ചെയ്യുമെന്നും ആ ചർച്ചയിലൂടെ പോരായ്മകൾ പരിഹരിക്കാനും ബാലസംഘം പ്രവർത്തനം മെച്ചപ്പെടുത്താനും ശ്രമിക്കുമെന്നും ഡയറക്ടർ പ്രസ്താവിച്ചു.

സ്വാഗതസംഘം ജനറൽ സെക്രട്ടറി ജി രാധാകൃഷ്ണൻ എല്ലാവർക്കും കൃതജ്ഞത പ്രകാശിപ്പിച്ചു.

1986 മേയിൽ നടന്ന അരുവിപ്പുറം ക്യാമ്പിനുശേഷം ഒരു വലിയ ചുവടുകൂടി മുന്നോട്ടുവെക്കാൻ ഈ ക്യാമ്പോടെ ബാലസംഘത്തിന് കഴിഞ്ഞിരിക്കുന്നു.

പ്രീ-പ്രൈമറി വിദ്യാഭ്യാസം സമസ്യകളും ചില പരിഹാരചിന്തകളും

എൺപത്തിയാറാം ഭരണഘടനാ ഭേദഗതി നിയമമനുസരിച്ച് (2002) ആറു മുതൽ 14 വയസ്സുവരെയുള്ള കുട്ടികൾക്ക് വിദ്യാഭ്യാസം മൗലികാവകാശമാക്കിയിരിക്കുകയാണല്ലോ. ഭരണഘടനയിൽ നിലവിലിരുന്ന 45-ാം അനുച്ഛേദം ഭേദഗതി ചെയ്ത് പുതുതായി എഴുതിച്ചേർത്ത 21-A, എന്ന അനുച്ഛേദത്തിലൂടെയാണ് നിർണ്ണായകമായ ഈ മാറ്റം വരുത്തിയിട്ടുള്ളത്. ഭരണഘടന നിലവിൽ വന്ന് പത്ത് വർഷത്തിനകം എല്ലാ കുട്ടികൾക്കും അവർ 14 വയസ്സ് പൂർത്തിയാകുന്നതുവരെ സൗജന്യവും നിർബ്ബന്ധവുമായ വിദ്യാഭ്യാസം നല്കാൻ രാഷ്ട്രം ശ്രമിക്കേണ്ടതാണെന്നാണ് ഭേദഗതിക്ക് മുമ്പുള്ള 45-ാം അനുച്ഛേദം വ്യവസ്ഥ ചെയ്തിരുന്നത്. വിദ്യാഭ്യാസം മൗലികാവകാശമാക്കാൻ തീരുമാനിച്ചപ്പോൾ പ്രസ്തുത അനുച്ഛേദത്തിന്റെ സ്പിരിറ്റിൽ ചെയ്യേണ്ടിയിരുന്നത് പതിനാല് വയസ്സുവരെയുള്ള എല്ലാ കുട്ടികൾക്കും വിദ്യാഭ്യാസം മൗലികാവകാശമാക്കുകയായിരുന്നു. എന്നാൽ അതിനുപകരം പുതിയ 21-A അനുച്ഛേദത്തിലൂടെ ആറ് വയസ്സ് മുതൽ 14 വയസ്സ് വരെയുള്ള കുട്ടികൾക്ക് മാത്രം വിദ്യാഭ്യാസം മൗലികാവകാശമാക്കിക്കൊണ്ട് ആറ് വയസ്സുവരെയുള്ള കുട്ടികളോട് വിവേചനം കാണിച്ചിരിക്കുകയാണ്. ആറ് വയസ്സ് പൂർത്തിയാകുന്നതുവരെയുള്ള കുട്ടികൾക്ക് ശൈശവകാല പരിരക്ഷയും വിദ്യാഭ്യാസവും നല്കണമെന്ന നിർദ്ദേശം രാഷ്ട്രത്തിനു നല്കുക മാത്രമാണ് പുതുക്കിയ 45-ാം അനുച്ഛേദം ചെയ്യുന്നത്. വിദ്യാഭ്യാസത്തെക്കുറിച്ചുള്ള സാർവ്വദേശീയ ധാരണകളെയും ഭരണഘടനാ ശില്പികളുടെ സ്വപ്നത്തെയും ഭാഗികമായെങ്കിലും നിരാകരിക്കുകയാണ് ഈ വിവേചനത്തിലൂടെ സംഭവിച്ചിരിക്കുന്നത്. പ്രീ-പ്രൈമറി ഘട്ടത്തിലുള്ളവരെന്ന് വിവക്ഷിക്കപ്പെടുന്ന 0 – 6 പ്രായത്തിലുള്ള കുട്ടികളുടെ വിദ്യാഭ്യാസ

വികാസതാല്പര്യങ്ങളെ പ്രതികൂലമായി ബാധിക്കുന്ന വിവേചനപരമായ ഈ ഭരണഘടനാ സമീപനം ഇനിയും വേണ്ടത്ര തുറന്നുകാട്ടപ്പെട്ടിട്ടില്ല. പക്ഷേ, പ്രീ-പ്രൈമറി വിദ്യാഭ്യാസരംഗത്തെ പുതിയ സമസ്യകളിൽ ഏറ്റവും അധികം പ്രാധാന്യത്തോടെ കണ്ട് പരിഹരിക്കേണ്ട ഒന്നാണീ വിവേചനം. പ്രീ-പ്രൈമറി രംഗത്തുള്ള മറ്റ് സമസ്യകൾ പരിഹരിക്കുന്നതിന് ഈ വിവേചനം അവസാനിപ്പിക്കുന്നത് അനിവാര്യമാണ്.

കുട്ടികൾ ലോകത്തിന്റെ ലാവണ്യം

ലോകത്തിന്റെ ലാവണ്യമാണ് കുട്ടികൾ. ഈ ഭൂമുഖത്ത് ലഭ്യമായ ഉത്തമമായിട്ടുള്ളതിനെല്ലാം അവകാശപ്പെട്ടവരാണവർ. പിറന്ന് വീഴുമ്പോൾ മുതല്ക്കുള്ള അവരുടെ പരിചരണം. പരിപാലനം. സംരക്ഷണം. സ്വത്വവികാസം എന്നിവയിൽ ഊന്നിയുള്ളതാവണം അവർക്ക് നല്കുന്ന പ്രീപ്രൈമറി വിദ്യാഭ്യാസം. കാലത്തോടൊപ്പം വളർന്നു വന്നിട്ടുള്ള കാഴ്ചപ്പാടാണിത്.

പ്രീ-പ്രൈമറി വിദ്യാഭ്യാസത്തെപ്പറ്റിയുള്ള ആധുനിക ധാരണകൾ കുട്ടികളുടെ അവകാശങ്ങളെപ്പറ്റി കഴിഞ്ഞ നൂറ്റാണ്ടിൽ സാർവ്വദേശീയമായി വളർന്നുവന്ന ധാരണകളുമായും ആ ധാരണകൾ സാക്ഷാൽക്കരിക്കാൻ വേണ്ടിയുള്ള ശിശുപരിപാലന സംബന്ധികളായ അന്വേഷണങ്ങളുമായും ബന്ധപ്പെട്ടിരിക്കുന്നു.

കുട്ടികളുടെ അവകാശങ്ങളും പ്രീ-പ്രൈമറി വിദ്യാഭ്യാസവും

കുട്ടികളുടെ അവകാശങ്ങളെപ്പറ്റിയുള്ള ധാരണകളാവട്ടെ മനുഷ്യാവകാശങ്ങളെപ്പറ്റിയുള്ള ധാരണകളിൽ നിന്നുയിർക്കൊണ്ടവയും അവയുടെ ഭാഗമായി നിലനില്ക്കുന്നവയുമാണ്. ഐക്യരാഷ്ട്രസഭയുടെ 1948 ലെ സാർവ്വദേശീയ മനുഷ്യാവകാശ പ്രഖ്യാപനത്തിൽ വിദ്യാഭ്യാസം, കലാ സാംസ്കാരിക വിനോദ പ്രവർത്തനങ്ങൾ എന്നീ വിഷയങ്ങളിൽ കുട്ടികൾക്കുള്ള അവകാശത്തെപ്പറ്റി പ്രതിപാദിക്കുന്നുണ്ട്. 1959 ൽ ഐക്യരാഷ്ട്രസഭ പുറപ്പെടുവിച്ച കുട്ടികളുടെ അവകാശങ്ങളെ പറ്റിയുള്ള പ്രഖ്യാപനത്തിലും വിദ്യാഭ്യാസമുൾപ്പെടെ കുട്ടികൾക്ക് നല്കേണ്ട സവിശേഷ പരിരക്ഷകളെപ്പറ്റി പറയുന്നുണ്ട്. 1989 ൽ ഐക്യരാഷ്ട്രസഭ അംഗീകരിച്ചതും തുടർന്ന് ഇന്ത്യയുൾപ്പെടെയുള്ള ബഹുഭൂരിപക്ഷം ലോകരാഷ്ട്രങ്ങൾ ഒപ്പുവച്ചതുമായ "കുട്ടികളുടെ അവകാശ ഉടമ്പടി." (Child Rights Convention - CRC) തുല്യമായ അവകാശം ഉറപ്പുവരുത്തുന്നതും പുരോഗമനപരവുമായ വിദ്യാഭ്യാസത്തിന് കുട്ടികൾക്കുള്ള അവകാശത്തെപ്പറ്റി എടുത്തു പറയുന്നു. കുട്ടി എന്നാൽ പതിനെട്ടു വയസ്സുവരെയുള്ള എല്ലാ മനുഷ്യജീവികളുമെന്ന് നിർവ്വചിക്കുകയും ചെയ്യുന്നു. 2002 ൽ യു എൻ ജനറൽ അസംബ്ലിയുടെ കുട്ടികളുടെ പ്രതിനിധികൾ കൂടി പങ്കെടുത്ത സമ്മേളനം അംഗീകരിച്ച "കുട്ടികൾക്കി

ണങ്ങുന്ന ലോകം" (World Fit for Children) എന്ന രേഖ ഓരോ കുട്ടിക്കും സാദ്ധ്യമായത്രയും മികച്ച ജീവിതം തുടക്കം മുതല്ക്കുതന്നെ ലഭ്യമാക്കണമെന്ന് ലോകരാഷ്ട്രങ്ങളോട് നിർദ്ദേശിക്കുന്നു.

കുട്ടികളുടെ അവകാശങ്ങൾ സംബന്ധിച്ച മേൽ കൊടുത്ത ധാരണകൾക്കു പുറമെ നമ്മുടെ ഭരണഘടന കുട്ടികൾക്കു നല്കുന്ന വാഗ്ദാനങ്ങളുടെ അടിസ്ഥാനത്തിൽ കേന്ദ്ര–സംസ്ഥാന തലങ്ങളിൽ കൈക്കൊണ്ട നയസമീപനങ്ങളും പ്രീ–പ്രൈമറി വിദ്യാഭ്യാസത്തെപ്പറ്റിയുള്ള ധാരണകൾ രൂപംനല്കുന്നതിൽ സ്വാധീനം ചെലുത്തിയിട്ടുണ്ട്. 1974 ൽ കേന്ദ്രം പുറപ്പെടുവിച്ച കുട്ടികൾക്ക് വേണ്ടിയുള്ള നയപ്രഖ്യാപനം കുട്ടികളുടെ ജനനത്തിന് മുമ്പും ജനിച്ചതിൽ പിന്നീടുള്ള വളർച്ചയുടെ കാലഘട്ടത്തിലും അവരുടെ ശാരീരികവും മാനസികവും സാമൂഹ്യവുമായ വികാസത്തിന് വേണ്ട സംവിധാനങ്ങൾ ഏർപ്പെടുത്താൻ രാഷ്ട്രം ബാദ്ധ്യസ്ഥമാണെന്ന് വ്യക്തമാക്കുകയുണ്ടായി. ആറ് വയസ്സ് വരെയുള്ള കുട്ടികളുടെ കാര്യത്തിൽ പ്രത്യേക പരിഗണന ആവശ്യമാണെന്നും നയപ്രഖ്യാപനരേഖ ചൂണ്ടിക്കാട്ടി.

ഇതനുസരിച്ചുള്ള പരിപാടികൾ നടപ്പാക്കുന്നതിന് നേതൃത്വം നല്കുന്നതിനുവേണ്ടി 1974 ൽ തന്നെ പ്രധാനമന്ത്രി ചെയർമാനായി ദേശീയശിശു ബോർഡ് രൂപീകരിക്കപ്പെട്ടു. കേന്ദ്ര സാമൂഹ്യക്ഷേമ മന്ത്രാലയത്തിന് കീഴിൽ ഒരു പോഷകാഹാര ശിശുവികസന ബ്യൂറോയും തുടർന്ന് നിലവിൽ വന്നു.

ശിശുവികസനത്തെപറ്റിയുള്ള സമഗ്രമായ കാഴ്ചപ്പാട് വളർന്നു വരാൻ ഈ സംഭവവികാസങ്ങൾ സഹായകമായി. വിദ്യാലയ പൂർവ്വ വിദ്യാഭ്യാസം കുട്ടികൾക്ക് നല്കണമെന്നുള്ളത് ഈ കാഴ്ചപ്പാടിന്റെ ഒരു സുപ്രധാന ഘടകമായിരുന്നു. 1975 ൽ ആറ് വയസ്സ് വരെയുള്ള കുട്ടികളെയും ഗർഭിണികളെയും മുലയൂട്ടുന്നവരായ–അമ്മമാരെയും ഉൾക്കൊള്ളിച്ചുകൊണ്ടുള്ള സമഗ്ര ശിശുവികസന പരിപാടിക്ക് (Integrated Child Development Scheme- ICDS) തുടക്കം കുറിച്ചു. തൊഴിലെടുക്കുന്നവരും രോഗികളുമായ അമ്മമാരുടെ കുഞ്ഞുങ്ങളെ സംരക്ഷിക്കുന്നതിനു വേണ്ടി ക്രെഷുകളും അങ്കണവാടികളും സ്ഥാപിക്കുന്ന പരിപാടി ആരംഭിച്ചത് ഇതിന്റെ ഭാഗമായിട്ടായിരുന്നു. ശിശുസംരക്ഷണ – പരിചരണ രംഗത്ത് പ്രവർത്തിക്കാൻ മുന്നോട്ടുവരുന്ന സന്നദ്ധ സംഘടനകളെ സഹായിക്കുന്നതിനുവേണ്ടി 1979 ൽ ഒരു ദേശീയ ശിശുഫണ്ട് രൂപീകൃതമായി. ആറാം പഞ്ചവത്സര പദ്ധതിക്കാലത്ത് സമഗ്ര ശിശുവികസന പരിപാടി നിലവിലില്ലാത്ത പ്രദേശങ്ങളിൽ ശിശു വിദ്യാഭ്യാസ കേന്ദ്രങ്ങൾ (Early Childhood Education Centres) മൂന്നു മുതൽ അഞ്ച് വയസ്സുവരെ പ്രായമുള്ള കുട്ടികൾക്കുവേണ്ടി സ്ഥാപിക്കാനും ആരംഭിച്ചു. 1985 ൽ വനിതാ – ശിശുവികസന വകുപ്പെന്ന പേരിൽ കേന്ദ്രത്തിൽ ഒരു പ്രത്യേക വകുപ്പുതന്നെ രൂപീകരിക്കപ്പെടുകയുണ്ടായി. 1990 ൽ കുട്ടികൾക്കുവേണ്ടി യു എൻ ആഭിമുഖ്യത്തിൽ ചേർന്ന ലോക ഉച്ചകോടി സമ്മേളനം 2000–ാ

മാണ്ടോടുകൂടി നടപ്പാക്കേണ്ട 27 അതിജീവന വികസന ലക്ഷ്യങ്ങൾ മുന്നോട്ടുവെക്കുന്ന ഒരു കർമ്മ പരിപാടി ആവിഷ്കരിച്ചു. ഇത് അടിസ്ഥാനമാക്കി കേന്ദ്രവനിതാ ശിശുവികസന വകുപ്പ് 1992 ൽ കുട്ടികൾക്ക് വേണ്ടിയുള്ള ഒരു ദേശീയ കർമ്മപരിപാടി ആവിഷ്കരിക്കുകയും ചെയ്തു.

ശിശുവിദ്യാഭ്യാസത്തെപ്പറ്റിയുള്ള ധാരണകൾ

21–ാം നൂറ്റാണ്ടിലെ വിദ്യാഭ്യാസത്തെപ്പറ്റി പഠിച്ച് ശുപാർശ ചെയ്യാൻ നിയുക്തമായ സാർവ്വദേശീയ വിദ്യാഭ്യാസ കമ്മീഷൻ സമർപ്പിച്ച Learning The Treasure Within എന്ന റിപ്പോർട്ടിൽ (1996) പറയുന്നത് ജീവിതത്തിന്റെ തുടക്കത്തിൽ അറിവിന്റെ ഒരു ശേഖരം കുട്ടികൾക്ക് നല്കുന്നതുകൊണ്ട് 21–ാം നൂറ്റാണ്ടിലെ വിദ്യാഭ്യാസലക്ഷ്യം സാക്ഷാൽക്കരിക്കാൻ കഴിയില്ലെന്നാണ്. ജീവിതത്തിന്റെ തുടക്കം മുതൽ ഒടുക്കം വരെ തുടരുന്ന ഒന്നാവണം വിദ്യാഭ്യാസം എന്ന ഏറ്റവും ആധുനികവും സമഗ്രവും ശാസ്ത്രീയവുമായ ധാരണയാണ് റിപ്പോർട്ട് മുന്നോട്ട് വക്കുന്നത്. അറിയാനുള്ള വിദ്യാഭ്യാസം (Learning to know), പ്രവർത്തിക്കുന്നതിനുള്ള വിദ്യാഭ്യാസം (Learning to do) കൂട്ടായ ജീവിതത്തിനുള്ള വിദ്യാഭ്യാസം (Learning to live together). സ്വത്വബോധത്തിനുള്ള വിദ്യാഭ്യാസം (Learning to be) എന്നീ നാലു തൂണുകളിൽ കെട്ടിപ്പടുത്തിട്ടുള്ളതുമാണ് ഈ ധാരണ. ഈ ധാരണയുടെ അടിസ്ഥാനത്തിലാണ് ശിശുവിദ്യാഭ്യാസവും ശിശുവികസനവുമടങ്ങുന്ന പ്രീ–പ്രൈമറി വിദ്യാഭ്യാസത്തെപ്പറ്റിയുള്ള ധാരണകൾ ഇന്ന് സാർവ്വദേശീയ തലത്തിൽ വളർന്നുവന്നിട്ടുള്ളത്. ഇന്ത്യൻ ഭരണഘടനയും കുട്ടികൾക്കുവേണ്ടി 1974 ൽ തയ്യാറാക്കിയ ദേശീയ നയപ്രഖ്യാപനവും ഊന്നൽ നല്കുന്ന ധാരണകളുമായും കുട്ടികളുടെ അവകാശങ്ങളുടെ ഭാഗമായി വിദ്യാഭ്യാസത്തിനുള്ള അവരുടെ അവകാശത്തെപ്പറ്റി സാർവ്വദേശീയമായി വളർന്നുവന്നിട്ടുള്ള ധാരണകളുമായും ഇപ്പറഞ്ഞ ധാരണകൾ മൊത്തത്തിൽ പൊരുത്തപ്പെടുന്നവയുമാണ്.

ആറോ, ഏഴോ വയസ്സ് പ്രായമുള്ളപ്പോഴാണ് കുട്ടികൾ ഔപചാരികമായ സ്കൂൾ വിദ്യാഭ്യാസത്തിന് സജ്ജമാകുന്നത് എന്ന വസ്തുത മേൽപ്പറഞ്ഞ ധാരണകളുടെ അടിസ്ഥാനത്തിൽ നടന്നിട്ടുള്ള ഗവേഷണങ്ങളും പ്രായോഗികാനുഭവങ്ങളും തെളിയിക്കുന്നുണ്ട്. എന്നാൽ പിറവി മുതല്ക്കേ കുട്ടി തന്റെ തൊട്ടടുത്ത ചുറ്റുപാടുകൾ അന്വേഷിക്കുന്നതിൽ താല്പര്യം പ്രകടിപ്പിക്കുകയും സൗന്ദര്യാത്മകമായ ആസ്വാദനശേഷി പ്രകടമാക്കുകയും ചെയ്യുന്നുണ്ട്. ഇന്ദ്രിയങ്ങളുടെയും അവയവങ്ങളുടെയും ദ്രുതഗതിയിലുള്ള വളർച്ചയും സങ്കല്പനങ്ങളുടെ രൂപീകരണവുമാണ് ഈ പ്രായത്തിൽ നടക്കുന്നത്. യുണിവേഴ്സിറ്റി ഗ്രാന്റ്സ് കമ്മീഷൻ മുൻ ചെയർമാൻ പ്രൊഫ. യശ്പാൽ ഈയിടെ പറഞ്ഞതുപോലെ (*ദി ഹിന്ദു* –06.09.2005) സ്കൂളിൽ ചേരുന്നതിനുമുമ്പുള്ള

ഏതാനും വർഷങ്ങളിലാണ് നാം ബാക്കിയുള്ള മുഴുവൻ ജീവിതകാലയളവിലേക്കാൾ കൂടുതൽ കാര്യങ്ങൾ ഗ്രഹിക്കുന്നത്. ഇതിനുതക്കവണ്ണം ഇന്ദ്രിയ വികാസത്തിനും കാഴ്ചപ്പാടുകൾ രൂപീകരിക്കുന്നതിനുമുള്ള ശേഷികളുടെ വികാസത്തിനും ഉതകുന്നതാവണം, അതിനാൽ പ്രീസ്കൂൾ വിദ്യാഭ്യാസത്തിന്റെ കാര്യപരിപാടി.

കുട്ടിയുടെ ശാരീരികവും ബുദ്ധിപരവും വൈകാരികവുമായ ശേഷികളുടെ ക്രമീകൃതമായ വികാസവും ഭാഷാപരവും മറ്റുമായ സർഗ്ഗശേഷികളുടെ അനുക്രമമായ രൂപപ്പെടുത്തലും സാമൂഹ്യമായ ഇടപെടൽശേഷിയുടെ വളർച്ചയുമാണ് പ്രീ സ്കൂൾ വിദ്യാഭ്യാസത്തിന്റെ അടിസ്ഥാന ധർമ്മം.

ഈ ഘട്ടത്തിൽ ആശയവിനിമയത്തിന് ഏറ്റവും ഉത്തമമായ മാധ്യമം മാതൃഭാഷ തന്നെയാണ്. കാര്യങ്ങൾ ഗ്രഹിക്കുന്നതിനും ആവിഷ്കരിക്കുന്നതിനും മാതൃഭാഷയ്ക്ക് പകരംവയ്ക്കാൻ മറ്റൊന്നില്ല. കുട്ടിയുടെ സാമൂഹ്യമായ ഇടപെടൽശേഷിയുടെ വികാസത്തിനെന്നപോലെ, കുട്ടിയുടെ വൈകാരികസ്വത്വത്തിന്റെ വികാസത്തിനും ഉതകുന്ന ആശയവിനിമയത്തിന് മാതൃഭാഷ സഹായിക്കുന്നു. കുട്ടിയുടെ സ്വത്വവികാസത്തിനുള്ള അടിസ്ഥാന ഉപാധിയാണ്, അതിനാൽ പ്രീ സ്കൂൾ തലത്തിൽ കൈവരിക്കുന്ന മാതൃഭാഷ പ്രയോഗിക്കുന്നതിലെ ശേഷിയുടെ വികാസം.

ഏഴു വയസ്സുവരെയുള്ള പ്രായം വിവിധ ഭാഷകളിൽ ആശയവിനിമയം നടത്തുന്നതിനുള്ള കഴിവ് വർദ്ധിപ്പിക്കാൻ ഏറ്റവും പറ്റിയ കാലമാണെന്നുള്ളതാണ് ആധുനിക നിരീക്ഷണം. അതുകൊണ്ട്. മാതൃഭാഷയ്ക്കൊപ്പം അന്യഭാഷകളും ആശയവിനിമയത്തിന് പ്രയോഗിക്കാൻ പ്രീ പ്രൈമറി ഘട്ടത്തിലെ കുട്ടികളിൽ 3 വയസ്സിനു മേലുള്ളവരെ പരിശിലിപ്പിക്കുന്നത് സ്വാഗതാർഹമാണ്.

അതുപോലെ തന്നെ പ്രധാനമാണ് കളികൾക്ക് പ്രീ സ്കൂൾ തലത്തിൽ കുട്ടിയുടെ സ്വത്വവികാസത്തിലുള്ള പങ്ക്. കായികശേഷിയുടെ വികാസത്തിന് മാത്രമല്ല. കുട്ടികൾക്ക് മൗലികമായുള്ള സർഗ്ഗാത്മക ശേഷികളുടെയും പുതുമയുള്ളതും മൗലികവുമായ പ്രതികരണശേഷിയുടെയും ബഹുമുഖമായ ബുദ്ധി വിശേഷങ്ങളുടെയും (multiple Intelligence) വികാസത്തിന് ഈ പ്രായഘട്ടത്തിൽ കളികൾ ഉതകുന്നു. മണൽ, വെള്ളം. ഇലകൾ. കമ്പുകൾ, കൽക്കഷണങ്ങൾ തുടങ്ങിയ പ്രകൃതിയിലെ പദാർത്ഥങ്ങൾകൊണ്ട് കളികളൊരുക്കുന്നത് മേല്പറഞ്ഞ ശേഷികളുടെ വികാസത്തോടൊപ്പം പ്രകൃതിയുമായുള്ള സൗഹൃദം കുട്ടിയിൽ വളർത്തുന്നതിനും ഉതകുന്നു.

കളികൾ കുട്ടികൾക്ക് ഗൗരവമേറിയ പ്രവൃത്തിയാണ്. തനതായ രീതിയിലും വേഗതയിലും പ്രവൃത്തികളിൽ ഏർപ്പെടാനാണ് കുട്ടികൾ ഇഷ്ടപ്പെടുന്നത്. താൻ തെരഞ്ഞെടുക്കുന്ന പ്രവർത്തനങ്ങളിൽ സ്വയം ആമഗ്നമാകുന്നതോടൊപ്പം കൂട്ടുകാരെ തന്റെ പ്രവൃത്തികളിൽ പങ്കാളികളാക്കുന്നതിൽ കുട്ടി ആനന്ദം കണ്ടെത്തുന്നുമുണ്ട്. ഈ മൗലിക

സ്വഭാവത്തിന്റെ വികാസം കുട്ടിയുടെ സ്വത്വത്തിന്റെ സമൂഹവല്ക്കരണത്തിന് ഉതകുന്നു എന്ന ധാരണ പ്രീ സ്കൂൾ പ്രവർത്തനത്തിന്റെ അടിസ്ഥാന ധാരണകളിൽ മുഖ്യമായ ഒന്നാണ്.

അയൽപക്കസ്കൂളായിരിക്കും മാതൃകാപരമായ പ്രീ സ്കൂൾ. മാതാപിതാക്കളുടെ പങ്കാളിത്തം ശക്തിപ്പെടുത്തുന്നതിനും ജനാധിപത്യപരവും പ്രകൃതി സൗഹൃദപരവും ജാതി മതവർഗ്ഗീയേതരവും സമ്പന്ന-ദരിദ്ര വൈജാത്യങ്ങൾ ഇല്ലാത്തതുമായ സമൂഹ സങ്കല്പം കുട്ടിയിൽ വളരുന്നതിനും ഏറ്റവും ഉപകരിക്കുക അയൽപക്ക സ്കൂളുകളാണെന്ന് അനുഭവവും ഗവേഷണങ്ങളും തെളിയിച്ചിട്ടുള്ളതാണ്.

0–3, 3–5 പ്രായക്കാർക്ക് പ്രത്യേകം പ്രത്യേകമായി രൂപപ്പെടുത്തിയ പ്രവർത്തനങ്ങൾ അടിസ്ഥാനമാക്കിയുള്ള പ്രീസ്കൂളുകളും (നഴ്സറി. ക്രെഷ്) പ്രീ-പ്രൈമറി സ്കൂളുകളും (എൽ കെ ജി, യു കെ ജി) വിഭാവനം ചെയ്യാവുന്നതാണ്.

തകിടം മറിക്കപ്പെടുന്ന ധാരണകൾ

ശിശുവിദ്യാഭ്യാസത്തിന്റെയും ശിശുപരിചരണത്തിലൂന്നിയ ശിശുവികാസത്തിന്റെയും ചില അടിസ്ഥാന ധാരണകളാണ് മുകളിൽ കൊടുത്തത്. അവ പൂർണ്ണമല്ല. ഈ ലേഖനത്തിന്റെ പരിമിതിക്കുള്ളിൽ ഒതുക്കാവുന്ന ചിലതു മാത്രമാണവ. നമ്മുടെ ഭരണഘടനയും നയപരിപാടികളും എന്തൊക്കെ വിഭാവനം ചെയ്താലും ശിശു വിദ്യാഭ്യാസ പരിചരണ-വികാസങ്ങളുടെ അടിസ്ഥാന ധാരണകൾ പ്രാവർത്തികമാക്കാൻ ഇന്ത്യാ ഗവൺമെന്റിനോ കേരള സംസ്ഥാന ഗവൺമെന്റിനോ ഇതുവരെ കഴിഞ്ഞിട്ടില്ല. മാത്രവുമല്ല ഈ അടിസ്ഥാന ധാരണകൾക്കു കടകവിരുദ്ധമായി പ്രൈമറി-സെക്കന്ററി-ഉന്നത വിദ്യാഭ്യാസ മേഖലകളെപ്പോലെ തന്നെ പ്രീ പ്രൈമറി വിദ്യാഭ്യാസത്തെയും കമ്പോളമായും കമ്പോളത്തിലെ ചരക്കായും കാണുന്ന നിലയിലേക്ക് കാര്യങ്ങൾ അതിവേഗം നീങ്ങുകയാണെന്നുള്ളതാണ് നമ്മുടെ വർത്തമാനകാലാനുഭവം.

കേരളത്തിലെ പ്രീ-പ്രൈമറി വിദ്യാഭ്യാസം ഇന്നലെ ഇന്ന്

കുടിപ്പള്ളിക്കൂടങ്ങൾ തൊട്ട് ഔപചാരിക പൊതുവിദ്യാഭ്യാസത്തിന്റെ ഭാഗമായി പ്രവർത്തിക്കുന്ന പ്രീ-പ്രൈമറി സ്കൂളുകൾ വരെയുള്ള വിവിധ തരത്തിൽപ്പെട്ട സ്ഥാപനങ്ങളാണ് കേരളത്തിന്റെ പ്രീ-സ്കൂൾ ആവശ്യങ്ങൾ ഇന്ന് നിർവ്വഹിക്കുന്നത്. ഇവയിൽ കുടിപ്പള്ളിക്കൂടങ്ങൾ നാട്ടിൻപുറങ്ങളിൽ നിന്നുപോലും ഏറക്കുറെ അപ്രത്യക്ഷമായിക്കഴിഞ്ഞിരിക്കുന്നു. വിവിധ വ്യക്തികളും സ്ഥാപനങ്ങളും നടത്തുന്ന സ്വകാര്യ ക്രെഷ്-നഴ്സറികൾ, ഐ സി ഡി എസ് സംവിധാനത്തിന്റെ ഭാഗമായി പ്രവർത്തിക്കുന്ന അങ്കണവാടികളും ബാലവാടികളും പ്രൈമറി സ്കൂളുകളോടു ചേർന്നുള്ള പ്രീ-പ്രൈമറി സ്കൂളുകൾ എന്നിങ്ങനെ തരംതിരിക്കാവുന്നവയാണ് പ്രീ-പ്രൈമറി വിദ്യാഭ്യാസമേഖലയിൽ ഇന്ന് സംസ്ഥാനത്ത്

പ്രവർത്തിക്കുന്ന സ്ഥാപനങ്ങൾ. എസ് സി ഇ ആർ ടിയും കേരള സർക്കാരിന്റെ സാമൂഹ്യക്ഷേമ വകുപ്പുംകൂടി 1993 ൽ സംഘടിപ്പിച്ച വിദ്യാഭ്യാസ സർവ്വേ അനുസരിച്ച് കേരളത്തിലെ പ്രീ-സ്കൂൾ സ്ഥാപനങ്ങൾ താഴെ പറയുന്ന രീതിയിലാണുള്ളത്.

കേരളത്തിലെ പ്രീ-പ്രൈമറി സ്ഥാപനങ്ങൾ

സ്ഥാപനങ്ങളുടെ ഇനം	എണ്ണം
ബാലവാടികളും അങ്കണവാടികളും (1992-93 വരെ)	16,293
സ്വതന്ത്ര പ്രീ-പ്രൈമറി സ്കൂളുകൾ	846
സ്കൂളുകളുമായി ബന്ധപ്പെട്ടവ	540
ആകെ	**17,679**

(അവലംബം: കേരള വിദ്യാഭ്യാസ കമ്മീഷൻ റിപ്പോർട്ട് (പേജ് 43) - കേരള ശാസ്ത്രസാഹിത്യ പരിഷത്ത്.)

ഈ കണക്ക് പൂർണ്ണമല്ലെന്ന കാര്യത്തിൽ സംശയമില്ല. മുറുക്കാൻ കടകൾ നടത്തുന്നതിനുപോലും ലൈസൻസെടുക്കണമെങ്കിൽ, ഒരു ക്രെഷോ നഴ്സറിയോ നടത്തുന്നതിന് അത്തരമൊരു ലൈസൻസിന്റെ പോലും ആവശ്യമില്ലെന്നത് തന്നെ കാരണം. പാഠ്യപദ്ധതി. അദ്ധ്യാപന നിലവാരം, ആഭ്യന്തര സൗകര്യങ്ങൾ എന്നിവ സംബന്ധിച്ച് ഒരു നിശ്ചിത രീതിയും ഈ സ്ഥാപനങ്ങളിൽ അനുവർത്തിക്കപ്പെടുന്നില്ല. കേന്ദ്ര സോഷ്യൽ വെൽഫയർ ബോർഡിൽനിന്നും ഗ്രാന്റ് ലഭിക്കുന്ന പ്രീസ്കൂൾ സ്ഥാപനങ്ങളുടെയും അങ്കണവാടികളുടെയും പ്രൈമറി സ്കൂളുകളോടനുബന്ധിച്ചു പ്രവർത്തിക്കുന്ന പ്രീ-പ്രൈമറി സ്കൂളുകളുടെയും നിലയും വ്യത്യസ്തമല്ല. ഗവണ്മെന്റ് സ്ഥാപനങ്ങളിൽ പ്രവർത്തിക്കുന്ന അദ്ധ്യാപകർക്ക് മാത്രമാണ് ഒരു വർഷത്തെ പരിശീലനം നിർബ്ബന്ധമായുള്ളത്. അവർക്കുപോലും പുനഃപരിശീലനം നല്കുന്ന സമ്പ്രദായമില്ല. മറ്റു സ്ഥാപനങ്ങളിലെ അദ്ധ്യാപകർ ഭൂരിഭാഗവും ഒരു പരിശീലനവും ലഭിക്കാത്തവരാണ്. അനാകർഷകമായ രീതിയിൽ, ശോചനീയമായ ആഭ്യന്തര സൗകര്യങ്ങളോടെ. ശാസ്ത്രീയമായ ശിശുപരിപാലന രീതികളൊന്നും തന്നെ കടന്നുചെല്ലാതെ നടത്തുന്ന മേല്പറഞ്ഞ സ്ഥാപനങ്ങളിൽ കുട്ടികളും അദ്ധ്യാപകരും തമ്മിലുള്ള അനുപാതം 1 : 20 മുതൽ 1 :50 വരെയാണ്.

ഗവൺമെന്റ് വക പ്രീ-പ്രൈമറി സ്ഥാപനങ്ങളിൽ യാതൊരു ഫീസും ഈടാക്കുന്നില്ലെങ്കിൽ പോലും ഇതര സ്ഥാപനങ്ങളിൽ കനത്ത ഫീസ് ഈടാക്കുന്നു. വൻതോതിൽ ഫീസ് വാങ്ങി നടത്തുന്ന ഇംഗ്ലീഷ് മീഡിയം പ്ലേ സ്കൂളുകളും എൽ കെ, ജി യു കെ ജി സ്കൂളുകളുമാണ്

ഇന്ന് സംസ്ഥാനമൊട്ടാകെ പടർന്നു പന്തലിച്ചുകൊണ്ടിരിക്കുന്നത്. പ്രത്യേകിച്ചും നഗരങ്ങളിൽ. അൺഎയ്ഡഡ് വിദ്യാഭ്യാസ സ്ഥാപനങ്ങളിലെ പ്രൈമറി ക്ലാസുകളിലേക്കുള്ള പ്രവേശന കവാടങ്ങളായി മാറുന്നു എന്നുള്ളതാണ് ഇവയ്ക്ക് അവകാശപ്പെടാവുന്ന ഏകമേന്മ. പക്ഷേ, അതൊന്നുകൊണ്ടു തന്നെ അവ കൊഴുത്തു വളരുകയാണ്. ഈ സ്ഥാപനങ്ങളിലേക്കുള്ള പ്രവേശനത്തിന് തന്നെയും കുട്ടികൾ പരീക്ഷയ്ക്കോ അഭിമുഖങ്ങൾക്കോ വിധേയരാകേണ്ടിവരുന്നു. ശാസ്ത്രീയമായ സാധുതയില്ലാത്തതാണ് ഈ സമ്പ്രദായം. അത് കുട്ടികളിലും രക്ഷകർത്താക്കളിലും ഉൽക്കണ്ഠയും മാനസികമായ പിരിമുറുക്കവും ഉണ്ടാക്കുന്നു. പരാജയത്തിന്റെയും തഴയപ്പെടലിന്റെയും ഭീതി കുട്ടികളിൽ വളർത്തുന്നു. കുട്ടികളുടെ സാമൂഹ്യവല്ക്കരണമോ അതിലൂന്നിയ -സ്വത്വ വികാസ പരിപാടികളോ അവയുടെ അജണ്ടയിലില്ല. ഓർമ്മ മാത്രം പരീക്ഷിക്കുന്ന സ്കൂൾ വിദ്യാഭ്യാസം പ്രായേണ സുഗമമാക്കുന്ന ധർമ്മമാണ് അവ നിർവ്വഹിക്കുന്നത്. ബഹുഭൂരിപക്ഷം രക്ഷിതാക്കളും അതുകൊണ്ട് തൃപ്തരുമാണ്. അൺഎയ്ഡഡ് സ്കൂളുകൾക്ക് സർക്കാർ നല്കുന്ന പിന്തുണ ഈ പ്രീ-സ്കൂൾ സ്ഥാപനങ്ങളുടെ കൂടുതൽ അനിയന്ത്രിതമായ വളർച്ചയ്ക്ക് കാരണമാവുമെന്നതിൽ സംശയമില്ല.

എന്താണ് പരിഹാരം?

ശിശുകേന്ദ്രിതവും അന്വേഷണാത്മകവുമായ അദ്ധ്യയനരീതിയും നിരന്തര മൂല്യനിർണ്ണയവും അടിസ്ഥാനമാക്കിയുള്ള പ്രൈമറി-സെക്കന്ററി വിദ്യാഭ്യാസത്തിന് നമ്മുടെ സംസ്ഥാനത്ത് വളരെയേറെ എതിർപ്പുകൾ നേരിട്ടു കൊണ്ടാണെങ്കിൽപ്പോലും അടിത്തറ പാകിക്കഴിഞ്ഞിട്ടുണ്ട്. അതിനനുരൂപമായ പ്രീ-പ്രൈമറി വിദ്യാഭ്യാസത്തിനാണ് അടിയന്തരമായി രൂപം കൊടുക്കേണ്ടതായുള്ളത്. പ്രൈമറി ക്ലാസുകളിലേക്കുള്ള ചവിട്ടുപടിയെന്ന നിലയ്ക്കാകരുത് അത് വിഭാവനം ചെയ്യുന്നത്. മറിച്ച് കുട്ടിയുടെ സാമൂഹ്യവല്ക്കരണത്തിലൂന്നിയ പ്രായാനുരൂപമായ വ്യക്തിത്വവികാസമാവണം അതിന്റെ ലക്ഷ്യം. ഈ ലക്ഷ്യം സാക്ഷാൽക്കരിക്കാൻ സഹായിക്കുന്ന കരിക്കുലവും സിലബസും പഠനോപകരണങ്ങളും പ്രീ-പ്രൈമറി വിദ്യാഭ്യാസ മേഖലയിൽ അദ്ധ്യാപകർക്ക് നല്കാൻ കഴിയണം. പ്രസ്തുത സ്ഥാപനങ്ങളിലെ ആഭ്യന്തര സൗകര്യങ്ങളും അദ്ധ്യാപകരുടെയും സഹായികളുടെയും വേതന നിരക്കും മെച്ചപ്പെടണം.

അയൽപക്ക സ്കൂളുകളായിരിക്കും മാതൃകാ പ്രീ-പ്രൈമറി സ്കൂളുകളെന്ന് മുൻപ് സൂചിപ്പിക്കുകയുണ്ടായി. ഗ്രാമപഞ്ചായത്തുകളുടെ മേൽനോട്ടത്തിലുള്ള വികേന്ദ്രീകൃത സംവിധാനത്തിൽ മാത്രമേ അയൽപക്ക സ്കൂളുകൾ വിജയിക്കുകയുള്ളൂ. പഞ്ചായത്തിന്റെ മേൽനോട്ടത്തിന് വിധേയമായി സമൂഹത്തിന്റെയും സന്നദ്ധ സംഘടനകളുടെയും ആഭിമുഖ്യത്തിൽ സ്വകാര്യ മുൻകൈയോടെയും അയൽപക്ക പ്രീ-സ്കൂളുകൾ സ്ഥാപിച്ചു നടത്താനാവും. അവയ്ക്ക് സംസ്ഥാന സർക്കാർ നിയ

മപരമായ ചട്ടക്കൂട് ഏർപ്പെടുത്തുകയും സ്ഥാപനങ്ങളുടെ മാനേജ്മെന്റ് പ്രവർത്തനത്തിന്റെ കരിക്കുലം - സിലബസുകൾ പഠനരീതി, പരിശീലനം എന്നിവയ്ക്ക് മേൽനോട്ടം കൊടുക്കുകയും വേണം. പഞ്ചായത്തിനെ ഈ സ്ഥാപനങ്ങളുടെ മോണിട്ടറിങ് നടത്തുന്നതിന് ചുമതലപ്പെടുത്തണം. സാമ്പത്തികമായ പിൻബലം നല്കാനുള്ള ചുമതല പഞ്ചായത്തിനുണ്ടാകണം. ഈ കാര്യങ്ങളിൽ ജനകീയ പങ്കാളിത്തം ഉറപ്പുവരുത്തണം. പ്രാദേശികമായ മാറ്റങ്ങൾ പ്രവർത്തനങ്ങളിൽ അനുവദിക്കപ്പെടണം.

ഇതൊക്കെ സാദ്ധ്യമാണോ എന്നാണെങ്കിൽ സാമൂഹ്യമായ ഇച്ഛാശക്തിയുണ്ടെങ്കിൽ സാദ്ധ്യമാണെന്നാണ് അതിനുള്ള ഉത്തരം. ആഗോളവല്ക്കരണകാലത്തിന്റെ കെടുതികൾക്കെതിരായുള്ള പ്രാദേശിക പ്രതിരോധത്തിന്റെ ഒരു വേദിയായി നമ്മുടെ പ്രീ-പ്രൈമറി വിദ്യാഭ്യാസത്തെ മാറ്റാൻ സാമൂഹ്യമായ ഇച്ഛാശക്തിയുണ്ടെങ്കിൽ നമുക്ക് നിശ്ചയമായും കഴിയും.

(പരേതനായ ശ്രീ. നൈനാൻ കോശി ചെയർമാനും കെ എസ് ടി എ ജനറൽ സെക്രട്ടറി എ കെ ചന്ദ്രൻ കൺവീനറുമായിരുന്ന കേരള വിദ്യാഭ്യാസ സമിതി 2005 ൽ പുറത്തിറക്കിയ 'കേരള വിദ്യാഭ്യാസം പുതിയ സമസ്യകൾ' എന്ന ലേഖനസമാഹാരത്തിൽ പ്രസിദ്ധീകരിച്ച ലേഖനം.)

ഇന്ത്യയിലെ പ്രാഥമിക വിദ്യാഭ്യാസം നേരിടുന്ന വെല്ലുവിളികൾ

ഈ നൂറ്റാണ്ടിന്റെ തുടക്കംമുതൽ വിദ്യാഭ്യാസത്തിനായി രാജ്യത്തെ വിദ്യാലയങ്ങളിൽ എത്തിച്ചേരുന്ന കുട്ടികളുടെ എണ്ണത്തിൽ വൻതോതിലുള്ള വർദ്ധനവാണുണ്ടായത്. 2009 ലാണ് ആറു വയസ്സു മുതൽ പതിനാലു വയസ്സുവരെയുള്ള കുട്ടികൾക്ക് വിദ്യാഭ്യാസം മൗലികാവകാശമാക്കി മാറ്റിയ ഭരണഘടനാ ഭേദഗതിയെ (അനുച്ഛേദം 21 എ) പിൻപറ്റി പാർലമെന്റ് വിദ്യാഭ്യാസാവകാശ നിയമം (Right of Children to Free and Compulsory Education - RTE - Act) പാസാക്കിയത്. അതിനുശേഷമുള്ള കഴിഞ്ഞ ഒരു ദശാബ്ദക്കാലത്ത് 305 ലക്ഷം സ്കൂളുകൾ രാജ്യത്ത് പുതുതായി സ്ഥാപിക്കപ്പെട്ടു. 'സർവ്വശിക്ഷാ അഭിയാൻ' എന്ന പദ്ധതിയനുസരിച്ച് ഇത്രയേറെ സ്കൂളുകൾ തുറന്നതോടെ രാജ്യത്തെ ഗ്രാമീണ ജനതയുടെ 99 ശതമാനത്തിനും ഒരു കിലോമീറ്റർ ചുറ്റളവിനകത്ത് ഒരു പ്രൈമറി സ്കൂളെങ്കിലും ലഭ്യമാകുന്ന സ്ഥിതിയുണ്ടായി. സ്കൂളിൽ ചേരുന്ന കുട്ടികളുടെ എണ്ണത്തിൽ 2009 നു ശേഷമുള്ള കാലയളവിൽ 95 ശതമാനം വർദ്ധനവാണുണ്ടായത്.

അതേസമയം, രാജ്യസഭയിൽ മാനവവിഭവശേഷിവകുപ്പുമന്ത്രി 2016 ൽ വച്ച കണക്കനുസരിച്ച് രാജ്യത്ത് 6.0164 ദശലക്ഷം കുട്ടികളാണ് സ്കൂളിൽ പോകാതുള്ളത്. ലോകത്ത് ഇക്കാര്യത്തിൽ ഒന്നാം സ്ഥാനത്താണ് ഇന്ത്യ നില്ക്കുന്നത്!

II
ഭീമമായ കൊഴിഞ്ഞുപോക്ക്

സ്കൂളുകളുടെ എണ്ണത്തിലും സ്കൂളുകളിൽ ചേർക്കപ്പെടുന്ന കുട്ടികളുടെ എണ്ണത്തിലും വൻ വർദ്ധനവുണ്ടായിട്ടും ഇത്രയേറെ കുട്ടികൾ

ഇന്ന് രാജ്യത്ത് സ്കൂളിനു പുറത്താണെങ്കിൽ അതിനുള്ള മുഖ്യകാരണം വിദ്യാഭ്യാസത്തിന്റെ വിവിധഘട്ടങ്ങളിലായി ഉണ്ടാകുന്ന കുട്ടികളുടെ അതി ഭീമമായ കൊഴിഞ്ഞുപോക്കാണ്. മാനവവിഭവശേഷി മന്ത്രാലയത്തിന്റെ കണക്കനുസരിച്ച് പ്രൈമറി തലത്തിലെ കൊഴിഞ്ഞുപോക്ക് 2014–15 ൽ 4.34 ശതമാനമായിരുന്നെങ്കിൽ സെക്കന്ററി തലത്തിൽ അത് 17.86 ശത മാനമായിരുന്നു.

2015 ൽ ബ്രൂക്കിങ്സ് ഇൻസ്റ്റിറ്റ്യൂട്ടെന്ന ഗവേഷണ സ്ഥാപനം പുറ ത്തുവിട്ടകണക്കനുസരിച്ച് അഞ്ചാം ക്ലാസ് വരെയുള്ള പ്രാഥമിക വിദ്യാ ഭ്യാസം പൂർത്തിയാക്കുന്നതിനുമുമ്പ് 29 ശതമാനം കുട്ടികൾ സ്കൂളുക ളിൽനിന്ന് കൊഴിഞ്ഞുപോകുന്നു. അപ്പർ പ്രൈമറി വിദ്യാഭ്യാസം പൂർത്തി യാക്കുന്നതിനുമുമ്പ് 43 ശതമാനം കുട്ടികൾ പഠിത്തം നിർത്തുന്നു. ഹൈസ്കൂൾ വിദ്യാഭ്യാസം പൂർത്തിയാക്കുന്നത് കേവലം 42 ശതമാനം കുട്ടികൾ മാത്രമാണ്. രാജ്യത്തെ പട്ടണ പ്രദേശങ്ങളും ഗ്രാമപ്രദേശങ്ങളും തമ്മിൽ വിദ്യാഭ്യാസത്തുടർച്ചയുടെ കാര്യത്തിൽ വലിയ അന്തരം നില നില്ക്കുന്നതായി കാണാം. സമ്പന്നരും ദരിദ്രരും തമ്മിൽ വലിയ അന്തര മാണ് ഇക്കാര്യത്തിലുള്ളത്. ഉയർന്ന ജാതികളിൽപെട്ടവരും താഴ്ന്ന ജാതി കളിൽപെട്ടവരും തമ്മിലും വലിയ അന്തരമുണ്ട്. ഇടയ്ക്കുവച്ചു പഠിത്തം നിർത്തിപ്പോകുന്ന കുട്ടികളിൽ 4.6 ദശലക്ഷം പേർ (76 ശതമാനം) പട്ടി കവർഗ്ഗ–പട്ടികജാതി– മതന്യൂനപക്ഷ ജനവിഭാഗങ്ങളിൽപെട്ടവരാണെ ന്നാണ് കണക്കുകൾ കാണിക്കുന്നത്.

വിദ്യാഭ്യാസ സംബന്ധമായി ചില അടിസ്ഥാനമാനദണ്ഡങ്ങൾ പുലർത്തുന്നതിനു നിർദ്ദേശിക്കുന്നതും അവസരതുല്യത ഉറപ്പുവരുത്തുക ലക്ഷ്യമാക്കിയുള്ളതുമായ വിദ്യാഭ്യാസാവകാശനിയമം രാജ്യത്ത് നില വിൽ വന്ന് ഒരു ദശാബ്ദം പിന്നിടാറായപ്പോഴത്തെ അവസ്ഥയാണ് മുക ളിൽ വിവരിച്ചത്. പ്രൈമറിതലത്തിലും ഹൈസ്കൂൾതലത്തിലും ഉണ്ടാ കുന്ന കൊഴിഞ്ഞുപോക്കിന്റെ കണക്ക് ആരെയും ഞെട്ടിപ്പിക്കുന്നതാണ്.

III
എന്തുകൊണ്ട് കൊഴിഞ്ഞുപോക്ക്?

വിദ്യാലയങ്ങളിൽ നിന്നുണ്ടാകുന്ന ഭീമമായ കൊഴിഞ്ഞുപോക്കിന്റെ മുഖ്യകാരണങ്ങൾ താഴെപ്പറയുന്നവയാണ്:

- ദാരിദ്ര്യം
- വിദ്യാലയങ്ങളുടെ അഭാവം
- തൊട്ടടുത്ത വിദ്യാലയത്തിലേക്കുള്ള ദൂരക്കൂടുതൽ

മുകളിൽ പറഞ്ഞ മൂന്ന് മുഖ്യകാരണങ്ങൾക്കൊപ്പം ചേർത്തു വയ്ക്കേണ്ട മറ്റു കാരണങ്ങളും കൊഴിഞ്ഞുപോക്കിനു പിന്നിലുണ്ട്. അവ;

- തൊഴിൽതേടി ഇതര സംസ്ഥാനങ്ങളിലേക്ക് തൊഴിലാളികൾ കുടും ബത്തോടൊപ്പം കുടിയേറുന്നത്.

- ബാല്യവിവാഹം
- കുടിവെള്ളം, കക്കൂസ്, മൂത്രപ്പുര തുടങ്ങിയ അടിസ്ഥാന സൗകര്യങ്ങളുടെ സ്കൂളുകളിലെ അഭാവം.

സാമ്പത്തികമായി പിന്നോക്കം നില്ക്കുന്ന കുടുംബങ്ങളെ സംബന്ധിച്ചിടത്തോളം വിദ്യാഭ്യാസത്തിനു നല്കുന്ന സ്ഥാനം ഏറ്റവും അവസാനത്തേതാണ്.

ലോവർ പ്രൈമറി തലം (5–ാം ക്ലാസ്) പിന്നിടുമ്പോൾ തുടർന്ന് പഠിക്കാനുള്ള സ്കൂളിലേക്കുള്ള ദൂരം ഒരു വലിയ പ്രശ്നമായി മാറുന്നു. കുട്ടികളെ ദൂരെയുള്ള സ്കൂളുകളിലേക്കയയ്ക്കുന്നത് സുരക്ഷിതമല്ലെന്ന ഭീതിയിലാണ് മിക്ക രക്ഷിതാക്കളും. പെൺകുട്ടികളെ സംബന്ധിച്ചു വിശേഷിച്ചും ഈ ഭീതി രൂക്ഷമാണ്, പ്രത്യേകിച്ചും അമ്മമാർക്കിടയിൽ. സ്വന്തം അനുഭവങ്ങളിൽ നിന്നാണ് അവരുടെ ഈ ഭീതി ഉടലെടുക്കുന്നതെന്നു നാം കാണാതിരുന്നുകൂടാ.

അഞ്ചാംക്ലാസ് പിന്നിടുമ്പോഴേക്കും കുട്ടിക്ക് 10–11 വയസ്സ് പ്രായമായിട്ടുണ്ടാവും. ഈ ഘട്ടത്തിൽ തുടർന്നുള്ള വിദ്യാഭ്യാസത്തിന് അയയ്ക്കുന്നതിനേക്കാൾ അവരെ ഏതെങ്കിലും തൊഴിലിൽ ഏർപ്പെടുത്തുന്നതായിരിക്കും ഉചിതമെന്ന് രക്ഷിതാക്കൾ കരുതുന്നു. ആൺകുട്ടികളെ കെട്ടിടംപണിപോലുള്ള തൊഴിലുകളിൽ ഏർപ്പെടുത്തുമ്പോൾ, പെൺകുട്ടികളെ വീട്ടുപണിക്കയയ്ക്കുന്നു.

സ്കൂളുകളിൽ കുട്ടികളെ ശാരീരികമായി ഉപദ്രവിക്കുന്നത് നിരോധിക്കപ്പെട്ടിട്ടുണ്ടെങ്കിലും അദ്ധ്യാപകരിൽ നല്ലൊരു ശതമാനംപേർ കുട്ടികളുടെ അച്ചടക്കത്തിനു കണ്ടെത്തുന്ന എളുപ്പവഴി അവരെ ശാരീരികമായി ഉപദ്രവിക്കുന്നതാണ്. അതിൽ ഒന്നുമാത്രമാണ് ചൂരൽകൊണ്ടോ കൈകൊണ്ടോ അടിക്കുന്നത്.

ക്ലാസ് സമയത്ത് അദ്ധ്യാപകർ 'സൊറ' പറയുന്നതിൽ ഏർപ്പെടുന്നതും കുട്ടികളെ പഠനത്തിൽ നിരുത്സാഹപ്പെടുത്തുന്ന ഒരു ഘടകമാണ് എന്ന് വിലയിരുത്തപ്പെടുന്നു.

തൊഴിൽ തേടി സ്വന്തം നാടുവിട്ട് അന്യനാട്ടിലേക്ക് തൊഴിലാളികൾ കുടിയേറുമ്പോൾ, കുടുംബത്തെക്കൂടി ഒപ്പം കൂട്ടാൻ അവർ നിർബ്ബന്ധിതരാകുന്നു. കുടുംബത്തെ നാട്ടിൽ നിലനിർത്തുന്നതിലെ അധികച്ചെലവ് താങ്ങാനുള്ള ശേഷിയില്ലായ്മയാണ് ഇതിനു മുഖ്യകാരണം. കൂടാതെ, കുട്ടികൾ ഉൾപ്പെടെയുള്ള കുടുംബാംഗങ്ങളെ തൊഴിൽരംഗത്ത് ഏർപ്പെടുത്തുന്നത് അവർ 'ആദായകര'മായി കാണുന്നു. രക്ഷിതാക്കളുടെ തൊഴിൽതേടിയുള്ള കുടിയേറ്റം കുട്ടികളുടെ പഠിത്തം അതോടെ നിലയ്ക്കുന്നതിൽ കലാശിക്കുന്നത് സ്വാഭാവികം മാത്രം.

ആദിവാസികൾക്കിടയിൽ കൊഴിഞ്ഞുപോക്കിന്റെ പ്രശ്നം ഇതര വിഭാഗങ്ങൾക്കിടയിലെ കൊഴിഞ്ഞുപോക്കിനേക്കാൾ എത്രയോ ഗുരുതരമാണ്. ഉദാഹരണത്തിന്, ആന്ധ്രപ്രദേശിൽപ്പെട്ട നെല്ലൂർ ജില്ലയിലെ

ആദിവാസിമേഖലകളിലെ കൊഴിഞ്ഞുപോക്ക് 77.07 ശതമാനമാണ്. പൊതുകൊഴിഞ്ഞുപോക്കാവട്ടെ, 29.04 ശതമാനവും. ഈ വിടവിന് അടിസ്ഥാനം, ആദിവാസികൾക്കും പൊതുസമൂഹത്തിനും ഇടയിൽ നിലനില്ക്കുന്ന സാമൂഹികവും സാംസ്കാരികവുമായ വൈജാത്യങ്ങളാണ്.

വരാനിരിക്കുന്ന കൊഴിഞ്ഞുപോക്കിന്റെ സൂചനയായെടുക്കാവുന്ന ഒരു കാര്യം കുട്ടി തുടർച്ചയായി ക്ലാസിൽ ഹാജരാകാതിരിക്കലാണ്. കുട്ടികൾക്കും രക്ഷിതാക്കൾക്കും നല്കുന്ന കൗൺസലിങ്ങിലൂടെ ഈ പ്രശ്നത്തിന് ഒട്ടൊക്കെ പരിഹാരം കണ്ടെത്താനാവും.

രാവിലെ മുതൽ പട്ടിണി കിടക്കേണ്ടിവരുന്ന കുട്ടി ക്ലാസിലിരുന്ന് ഉറക്കം തൂങ്ങുന്നതിൽ അത്ഭുതത്തിന് ഏതും വകയില്ല. നിത്യവും ക്ലാസിൽ ഉറക്കം തൂങ്ങുന്ന കുട്ടിയുടെ യഥാർത്ഥ പ്രശ്നമെന്തെന്ന് മനസ്സിലാക്കാൻ കൂട്ടാക്കാത്ത അദ്ധ്യാപകർ പഠിത്തം നിർത്താൻ കുട്ടിയെ പരോക്ഷമായെങ്കിലും പ്രേരിപ്പിക്കുകയാണ്. ഇത് കുട്ടി പഠിത്തം നിർത്തുന്നതിൽ കലാശിക്കുന്നെങ്കിൽ അതിലും അത്ഭുതപ്പെടാനില്ല. കുട്ടിക്ക് പഠിത്തം തുടരാൻ എത്ര ആഗ്രഹമുണ്ടായാലും അതുകൊണ്ട് ഫലമൊന്നും ഉണ്ടാകുന്നില്ല. കുട്ടി വിദ്യാഭ്യാസം നിർത്തി കുടുംബം പോറ്റുന്നതിൽ പങ്കാളിയാകുന്ന ഒരു തൊഴിലാളിയായി മാറുന്നതിലാണ് ഈ ദുരന്തനാടകം സ്വാഭാവികമായി അതിന്റെ കലാശം കണ്ടെത്തുന്നത്.

IV
കൊഴിഞ്ഞുപോക്കും അദ്ധ്യാപന സംബന്ധമായ പ്രശ്നങ്ങളും

അദ്ധ്യാപന സംബന്ധമായ പ്രശ്നങ്ങളും വിദ്യാർത്ഥികൾ വിദ്യാലയങ്ങളിൽനിന്ന് കൊഴിഞ്ഞുപോകുന്നതിന് കാരണമായി ഭവിക്കുന്നു. ഇതുമായി ബന്ധപ്പെട്ട പ്രശ്നങ്ങൾ ഗണപരവും ഗുണപരവുമാണ്.

മാനവവിഭവശേഷി മന്ത്രാലയത്തിന്റെ കണക്കനുസരിച്ച് രാജ്യത്ത് പരിശീലനം ലഭിച്ച അദ്ധ്യാപകരുടെ എണ്ണത്തിലുള്ള കുറവ് ആവശ്യവുമായി താരതമ്യപ്പെടുത്തുമ്പോൾ ലോവർ പ്രൈമറി-അപ്പർ പ്രൈമറി തലത്തിൽ 8.5 ലക്ഷം ആണ്. ഉത്തർപ്രദേശിൽ മാത്രം 2.14 ലക്ഷം വരും ഈ തലങ്ങളിൽ അദ്ധ്യാപകരുടെ കുറവ്. ഭീമമായ ഈ കുറവ് നികത്താതെ എങ്ങനെ സർക്കാർ വിദ്യാലയങ്ങളിൽ ചേരുന്ന കുട്ടികളുടെ കൊഴിഞ്ഞുപോക്ക് തടയാനാവും?

അദ്ധ്യാപനം സംബന്ധിച്ച ഗുണപരമായ പ്രശ്നങ്ങൾ എടുക്കാം. ഈ നൂറ്റാണ്ടിന്റെ ആരംഭം മുതൽ ഇന്ത്യൻ വിദ്യാഭ്യാസം കാണാപ്പാഠം പഠിക്കലുമായി വിടപറഞ്ഞു എന്നാണ് വയ്പ്. കാണാപ്പാഠം പഠിക്കലിന്റെ സ്ഥാനത്ത് പ്രക്രിയാധിഷ്ഠിത വിദ്യാഭ്യാസം (Activity based learning - ABL) നിലവിൽ വന്നു എന്നും അവകാശപ്പെടുന്നു. തമിഴ്നാട്ടിലാണ്

ഈ മാറ്റം ഏറ്റവും ഫലപ്രദമായും നിഷ്കർഷയോടും നടപ്പിലാക്കപ്പെട്ടത്. എന്നാൽ, തമിഴ്നാട്ടിലെ തന്നെ ഒരു സ്കൂളിലെ ഹെഡ്മാസ്റ്ററുടെ പരാതി കേൾക്കൂ.

"ചിലപ്പോഴെങ്കിലും എനിക്ക് കുട്ടികളെ എട്ടാം ക്ലാസിൽ പോലും തമിഴ് അക്ഷരമാല പഠിപ്പിക്കേണ്ടിവരുന്നു. ആരാണ് ഈ ABL നടപ്പാക്കാൻ തീരുമാനിച്ചത്?"

മാറ്റങ്ങൾ ഉൾക്കൊള്ളാൻ തയ്യാറില്ലാത്ത ഒരു പഴഞ്ചൻ അദ്ധ്യാപകന്റെ പ്രലപനമായി ഈ വാക്കുകളെ കാണുന്നത് യാഥാർത്ഥ്യബോധത്തിനു നിരക്കുന്നതാവില്ല. സത്യത്തിന്റെ ഒരു അംശമെങ്കിലും ആ പ്രലപനത്തിനു പിന്നിലുണ്ടെന്ന് സമ്മതിച്ചേതീരൂ.

V
കൊഴിഞ്ഞുപോക്കും അദ്ധ്യാപനഫല നിലവാരവും

2014 ലെ വിദ്യാഭ്യാസ നിലവാര വാർഷിക റിപ്പോർട്ട് വ്യക്തമാക്കുന്നത് രാജ്യം മൊത്തത്തിലെടുത്താൽ അദ്ധ്യാപനത്തിന്റെ ഫല നിലവാരം ഇടിഞ്ഞിട്ടുണ്ടെന്നാണ്. ഉദാഹരണത്തിന്, അഞ്ചാം ക്ലാസിൽ പഠിക്കുന്ന കുട്ടികളിൽ 51 മുതൽ 70 വരെ ശതമാനത്തിന് രണ്ടാം ക്ലാസിലെ പാഠപുസ്തകം പോലും നേരെചൊവ്വേ വായിക്കാൻ അറിഞ്ഞുകൂടാ. അഞ്ചാം ക്ലാസിലെ തന്നെ 40 ശതമാനം കുട്ടികൾക്ക് ഗണിതത്തിലെ ഹരണക്രിയ അന്യമാണ്. ഈ നിലവാരത്തകർച്ചയ്ക്കു പരിഹാരം കാണാതെ കൊഴിഞ്ഞുപോക്കിനെപ്പറ്റി ആകുലപ്പെടുന്നതിൽ യാതൊരർത്ഥവും ഇല്ല.

VI
വിദ്യാഭ്യാസാവകാശ നിയമം: ലക്ഷ്യങ്ങൾ സാക്ഷാൽക്കരിക്കപ്പെട്ടില്ല

വിദ്യാഭ്യാസാവകാശ നിയമം വിഭാവനം ചെയ്യുന്നത് കൂടുതൽ സ്കൂളുകൾ സ്ഥാപിക്കുക മാത്രമല്ല, വിദ്യാഭ്യാസത്തിന്റെ ഗുണതയിൽ തുല്യത കൈവരിക്കുക കൂടിയാണ്. ഇതിനുവേണ്ടി സ്വകാര്യ വിദ്യാലയങ്ങളിൽ 25 ശതമാനം ദുർബ്ബലവിഭാഗങ്ങളിൽപ്പെട്ടവർക്ക് സംവരണം ചെയ്യാൻ വിദ്യാഭ്യാസ നിയമം നിർദ്ദേശിക്കുന്നു. സ്കൂളുകൾ പൂട്ടുന്നതിന്റെ ഒരു മുഖ്യകാരണം അടിസ്ഥാന സൗകര്യങ്ങളുടെ കുറവാണെന്നും നിയമം ചൂണ്ടിക്കാട്ടുന്നു. എഴുപതു ശതമാനം കുട്ടികളും പഠിക്കുന്നത് സർക്കാർ സ്കൂളിലാണെന്നും വിദ്യാഭ്യാസാവകാശനിയമം വ്യക്തമാക്കുന്നു. ആ സ്കൂളുകളിലെ ആഭ്യന്തര സൗകര്യങ്ങളും അദ്ധ്യാപന നിലവാരവും മെച്ചപ്പെടുത്തിയാൽത്തന്നെ സർക്കാർ സ്കൂളുകളിൽ നിന്നുണ്ടാകുന്ന കൊഴിഞ്ഞുപോക്ക് ഒരു പരിധിവരെ തടയാനാകും.

VII
രാജസ്ഥാനിലെ അനുഭവം – ആദർശ് വിദ്യാലയങ്ങൾ

ഒന്നാം ക്ലാസ് മുതൽ 12–ാം ക്ലാസ് വരെയുള്ള സംയോജിത (integrated) വിദ്യാലയങ്ങളിൽ ഇപ്പറഞ്ഞ ഗുണതാ തുല്യത സാക്ഷാൽക്കരിക്കുന്നത് എളുപ്പമാണെന്ന് രാജസ്ഥാനിലെ അനുഭവം നമ്മെ പഠിപ്പിക്കുന്നു. ആ സംസ്ഥാനത്തെ ഇത്തരം സ്കൂളുകൾക്ക് ആദർശ് വിദ്യാലയങ്ങൾ എന്നാണ് പേര്. വീട്ടിൽനിന്ന് സ്കൂളിലേക്കുള്ള ദൂരം പരിഗണിച്ച് ആദർശ് വിദ്യാലയങ്ങളിൽ പഠിക്കുന്ന ഓരോ കുട്ടിക്കും 25 രൂപവരെയുള്ള യാത്രാക്കൂപ്പണുകൾ നല്കുന്നു. ഓരോ ഗ്രാമപഞ്ചായത്തിലും ഇത്തരത്തിലുള്ള ഓരോ ആദർശ് വിദ്യാലയങ്ങൾ ഉണ്ട്. രണ്ടുവർഷം കൊണ്ട്, മുൻവർഷങ്ങളിൽ നിന്നു വ്യത്യസ്തമായി 15 ലക്ഷം കുട്ടികൾ രാജസ്ഥാനിൽ സ്വകാര്യവിദ്യാലയങ്ങൾ വിട്ട് ആദർശ് വിദ്യാലയങ്ങളിലേക്ക് തിരിച്ചുവന്നു. സീനിയർ സെക്കന്ററി ക്ലാസുകളിലെ പ്രവേശനം രണ്ടുലക്ഷം കണ്ട് വർദ്ധിച്ചു. 11–ാം ക്ലാസിലേക്കു കയറ്റം കിട്ടുന്ന കുട്ടികളുടെ എണ്ണം 50 ശതമാനത്തിൽനിന്ന് 66 ശതമാനമായി ഉയർന്നു. പെൺകുട്ടികളും ആൺകുട്ടികളും തമ്മിലുള്ള അനുപാതം സെക്കന്ററി തലത്തിൽ 0.70 ൽ നിന്ന് 0.86 ആയും സീനിയർ സെക്കന്ററിതലത്തിൽ 0.63 ൽ നിന്ന് 0.71 ആയും വർദ്ധിച്ചു. സ്വകാര്യവല്ക്കരണത്തിന്റെ വഴിക്കു പോകാതെ നല്ല നേട്ടം കൈവരിക്കാൻ ആദർശ് സ്കൂൾ സമ്പ്രദായത്തിലൂടെ രാജസ്ഥാനു കഴിഞ്ഞത് അനുകരണീയമായ ഒരു അനുഭവമായി മറ്റു സംസ്ഥാനങ്ങളും കാണേണ്ടിയിരിക്കുന്നു.

VIII
പൊതു (സർക്കാർ) വിദ്യാലയങ്ങളും സ്വകാര്യ വിദ്യാലയങ്ങളും

പ്രൈമറിതലം തൊട്ടുതന്നെ പൊതുവിദ്യാലയങ്ങളെ അപേക്ഷിച്ച് സ്വകാര്യവിദ്യാലയങ്ങളെ രക്ഷിതാക്കൾ ആശ്രയിക്കുന്നതിൽ ഗ്രാമീണ മേഖലയിൽപോലും വലിയ വർദ്ധനവാണ് രാജ്യത്ത് ഉണ്ടായിക്കൊണ്ടിരിക്കുന്നത്. ASER (Annual Status of Education Respect) അനുസരിച്ച് ഗ്രാമീണതലത്തിൽ 6–14 പ്രായക്കാരായ കുട്ടികളുടെ സ്കൂൾ പ്രവേശനം സ്വകാര്യമേഖലയിൽ 16 ശതമാനത്തിൽനിന്ന് 38 ശതമാനമായി 2014 ൽ ഉയർന്നു. എട്ടുവർഷം കൊണ്ട് 22 ശതമാനത്തിന്റെ വർദ്ധനവ്!

2000–മാണ്ടിൽ 6–14 പ്രായക്കാരായ രാജ്യത്തെ കുട്ടികളുടെ മൊത്തം സ്കൂൾ പ്രവേശനം 81.6 ശതമാനം ആയിരുന്നുവെങ്കിൽ 2008 ആകുമ്പോഴേക്കും അത് 95 ശതമാനം ആയി ഉയരുകയുണ്ടായി. ഈ വർദ്ധനവിൽ പ്രധാന പങ്കുവഹിച്ചത് സർക്കാർ സ്കൂളുകൾ തന്നെ ആയിരുന്നു. ക്ലാസ് മുറികൾ, യൂണിഫോം, പാഠപുസ്തകങ്ങളും മറ്റു പഠനോപകരണങ്ങ

ളും, അദ്ധ്യാപകരുടെ എണ്ണം എന്നിവ മെച്ചപ്പെടുന്നതിലൂടെയാണ് സർക്കാർ മേഖലയ്ക്ക് ഈ നേട്ടം കൈവരിക്കാനായത്.

IX
സ്കൂൾ പ്രവേശനം കൂടി, പഠനനിലവാരം ഇടിഞ്ഞു

പഴയ അദ്ധ്യാപനരീതികൾ തന്നെ തുടർന്നതിനാൽ കുട്ടികളുടെ ഗ്രഹണശേഷിയുടെ കാര്യത്തിൽ വമ്പിച്ച ഇടിവും സർക്കാർ വിദ്യാലയങ്ങളിൽ ഈ കാലയളവിലുണ്ടായി. ഉദാഹരണത്തിന്, രണ്ടാം ക്ലാസിലെ പാഠപുസ്തകം വായിക്കാൻ 3, 5, 8 ക്ലാസുകളിലെ കുട്ടികൾക്കുള്ള ശേഷി 2008 ൽ യഥാക്രമം 23.6, 48.1, 74.6 ശതമാനം മാത്രമായിരുന്നു. അതേസമയം, സ്വകാര്യവിദ്യാലയങ്ങളിലെ ഇതേ ക്ലാസുകളിൽ പഠിക്കുന്ന കുട്ടികളുടെ ഗ്രഹണശേഷി സർക്കാർ വിദ്യാലയങ്ങളിലെ കുട്ടികളുടെതിനെക്കാൾ 20 ശതമാനം കൂടുതലായിരുന്നെന്ന് ASER പഠനം വെളിവാക്കുന്നു. 2008 മുതൽ 2014 വരെയുള്ള കാലയളവിൽ ഈ വിടവ് അനുക്രമം വളർന്നുകൊണ്ടിരുന്നതായും ASER പഠനം വെളിവാക്കുന്നു. സർക്കാർ സ്കൂളുകളിലെ പഠനഫലനിലവാരത്തിൽ കണ്ടെത്താൻ കഴിഞ്ഞിട്ടുള്ള ഇടിവ് നികത്തുന്നതിന് അവയിലെ അദ്ധ്യാപകരുടെ എണ്ണത്തിലുള്ള ഭീമമായ കുറവ് നികത്തുകയും അവർക്ക് മെച്ചപ്പെട്ട പഠനസഹായികൾ വ്യാപകമായി നല്കുകയും അവരെല്ലാവർക്കും മെച്ചപ്പെട്ട പരിശീലനവും പുനഃപരിശീലനവും നല്കുകയും അവരുടെ അദ്ധ്യാപനനിലവാരം പരിശോധിക്കുന്നതിന് വിദ്യാർത്ഥികളുടെ കൂടി പങ്കാളിത്തമുള്ള സംവിധാനം ഏർപ്പെടുത്തുകയും സ്കൂളുകളിലെ ആഭ്യന്തര സൗകര്യങ്ങളിലുള്ള കുറവു പരിശോധിക്കുകയുമല്ലാതെ വേറെ വഴിയില്ല.

X
പഠനനിലവാരം ഉയർത്താൻ പ്രക്രിയാധിഷ്ഠിത പാഠ്യപദ്ധതി

രണ്ടാംക്ലാസിൽ പഠിക്കുന്ന ഒരു കുട്ടിക്ക് ലളിതമായ കഥ വായിക്കാനും ലഘുവായ സങ്കലനവും വ്യവകലനവും ചെയ്യാനും നൂറു വരെ എണ്ണാനും കഴിയണം. ഇതിനു സഹായകമാവുക പാഠപുസ്തകത്തെ ആശ്രയിച്ചുള്ള അദ്ധ്യാപനത്തെക്കാളേറെ മറ്റു മാർഗ്ഗങ്ങളിലൂടെ കുട്ടിയുടെ ഗ്രഹണശേഷി വർദ്ധിപ്പിക്കുകയാണ്. കർക്കശമായ കരിക്കുലത്തെ ആശ്രയിക്കുന്നതിന്റെ സ്ഥാനത്ത് പ്രക്രിയാധിഷ്ഠിത പഠനരീതി (ABL - Activity Based learning) പ്രയോഗത്തിൽ വരുത്തുകയാണെന്ന് വിദ്യാഭ്യാസ വിദഗ്ദ്ധർ പറയുന്നു. ശരാശരി തലത്തിൽ കുട്ടികളെ ഒന്നാകെ സമീപിക്കുന്നതിനുപകരം, ഓരോ കുട്ടിയെയും അതതു കുട്ടിയുടെ തലത്തിൽ സമീപിക്കുകയും കാണാപ്പാഠം പഠിക്കാൻ പ്രേരിപ്പിക്കുന്നതിന്റെ

സ്ഥാനത്ത് വിശാലമായ ഗ്രഹണശേഷി വികസനത്തിന്റെ പാത സ്വീകരിക്കുകയുമാണെന്ന് ഈ ലക്ഷ്യം സാക്ഷാൽക്കരിക്കാനുള്ള ശരിയായ വഴിയെന്നു അവർ പറയുന്നു. ഈ മാർഗ്ഗമാണ് തമിഴ്നാട്, ഹിമാചൽ പ്രദേശ് തുടങ്ങിയ സംസ്ഥാനങ്ങളിലെ സർക്കാർ സ്കൂളുകളിൽ ഏറക്കുറെ അവലംബിച്ചിട്ടുള്ളതും അതിന്റേതായ ഫലം ദൃഷ്ടമാക്കിയിട്ടുള്ളതും.

സ്വകാര്യമേഖലയിലെ സ്കൂളുകളെ എടുത്താൽ, അവ തങ്ങളുടെ കുട്ടികളുടെ വളർച്ചയും ജീവിതത്തിലെ ഉയർച്ചയും സംബന്ധിച്ച് രക്ഷിതാക്കൾക്കുള്ള സ്വപ്നങ്ങളും അഭിലാഷങ്ങളും പ്രതിഫലിപ്പിക്കുന്നതിലും അവയെ തൃപ്തിപ്പെടുത്തുന്നതിലും വിജയിച്ചിട്ടുള്ളതിന്റെ ഫലമായി രാജ്യത്താകെ അവ പടർന്നു പന്തലിച്ചിട്ടുണ്ടെന്നു കാണാം. എന്നാൽ അവയിലെ അദ്ധ്യയന നിലവാരം പലപ്പോഴും തരം താഴ്ന്നതാണ്. കുട്ടികളുടെ മനസ്സിനെ സാമൂഹികവല്ക്കരിക്കുന്നതിൽ അവ ശ്രദ്ധിക്കുന്നേയില്ല. കുട്ടികളിൽ നിന്ന് കനത്ത ഫീസ് ഈടാക്കുന്നുണ്ടെങ്കിൽപ്പോലും അദ്ധ്യാപകർക്കു നല്കുന്ന വേതനം സർക്കാർ വിദ്യാലയങ്ങളിലെ അദ്ധ്യാപകർക്കുള്ളന്നതിനെക്കാൾ വളരെ താഴ്ന്നതാണ്. അതിന്റെ ഫലമായിത്തന്നെ അവരെ എന്നും അസംതൃപ്തരും തങ്ങൾ ചെയ്യുന്ന ജോലിയോട് കൂറുപുലർത്താൻ സഹായകമല്ലാത്ത മനോനിലയുടെ ഉടമകളാക്കുകയുമാണ്. രക്ഷിതാക്കളെ കെണിയിൽ വീഴ്ത്താനായി മെച്ചപ്പെട്ട സ്കൂൾബസ് സൗകര്യം, മികച്ച ആഭ്യന്തരസൗകര്യങ്ങൾ എന്നിവ പ്രദാനം ചെയ്യുന്നതിൽമാത്രം അവ ശ്രദ്ധ കേന്ദ്രീകരിക്കുന്നു.

XI
രണ്ടു വ്യത്യസ്ത സമ്പ്രദായങ്ങൾ രണ്ടു വ്യത്യസ്ത ഫലങ്ങൾ

സർക്കാർ മേഖലയിലെയും സ്വകാര്യമേഖലയിലെയും സ്കൂളുകൾ തമിഴ്നാട്ടിൽ അനുവർത്തിക്കുന്ന ശൈലികൾ പഠനാർഹങ്ങളാണ്. “ഒരു കുട്ടിയും പിന്തള്ളപ്പെടരുത്” എന്ന പ്രമാണം അനുസരിച്ചാണ് അവിടുത്തെ സർക്കാർ സ്കൂളുകൾ പ്രവർത്തിക്കുന്നത്. കുടുംബത്തിലെ പ്രശ്നങ്ങൾമൂലം കൃത്യമായി സ്കൂളിൽ പോകാൻ സാധിക്കാത്ത കുട്ടിക്ക് പ്രത്യേകം ശ്രദ്ധ നല്കുന്നതിൽ തമിഴ്നാട്ടിലെ വിദ്യാഭ്യാസസമ്പ്രദായം ജാഗരൂകമാണ്. ഉദാഹരണത്തിന്, വില്ലുപുരം, തിരുവണ്ണാമല ജില്ലകളിലെ തൊഴിലാളികൾ സേലത്തെ പരുത്തിക്കൃഷിയിടങ്ങളിലെ കൂലിപ്പണിക്കായി പോകുമ്പോൾ അവരുടെ കുട്ടികൾക്കായി തമിഴ്നാട് എസ് എസ് എ (SSA)യുടെ ആഭിമുഖ്യത്തിൽ അവരുടെ രക്ഷിതാക്കൾ പണിയെടുക്കുന്ന കൃഷിയിടങ്ങൾക്കടുത്തുതന്നെ സ്കൂളുകൾ തുറന്നിട്ടുണ്ട്. ആ സ്കൂളുകളിൽ ആന്ധ്ര, ബീഹാർ, ഒറീസ, ഝാർഖണ്ഡ് തുടങ്ങിയ സംസ്ഥാനങ്ങളിൽ നിന്നെത്തുന്ന കുട്ടികൾക്കും സഹായഹസ്തം നീട്ടപ്പെടുന്നു. കാണാപ്പാഠം വഴിയുള്ള പഠിത്തത്തിനുപകരം, ഓരോ കുട്ടി

യുടെയും ഗ്രഹണ നിലവാരത്തിനനുസരിച്ച് ആ കുട്ടിയെ അദ്ധ്യാപകൻ/ അദ്ധ്യാപിക അഭിമുഖീകരിക്കുകയും ചെയ്യുന്നു.

പക്ഷേ, തമിഴ്നാട്ടിലും സ്വകാര്യവിദ്യാലയങ്ങളുമായി സർക്കാർ സ്കൂളുകൾക്ക് കടുത്ത തോതിൽ മത്സരിക്കേണ്ടിവരുന്നു, ഒരുപക്ഷേ, മറ്റേതു സംസ്ഥാനത്തെക്കാളും കൂടുതൽ. ടി നഗറിലെ ചേരി നിർമ്മാർജ്ജന ബോർഡ് വക വീടുകളിൽ നിന്നുള്ള കുട്ടികളെപ്പോലും വലിയ ഫീസും കൊടുത്ത് സ്വകാര്യ വിദ്യാലയങ്ങളിലേക്കയക്കാൻ രക്ഷിതാക്കൾ താല്പര്യപ്പെടുന്നു. "സ്വകാര്യവിദ്യാലയങ്ങളിൽ പാഠ്യേതരപ്രവർത്തനങ്ങളുണ്ട്. കുട്ടികൾക്ക് ഇംഗ്ലീഷിൽ ആശയവിനിമയം നടത്താനുള്ള ശേഷി വളർത്താനുള്ള അവസരം കിട്ടുന്നുണ്ട്. വലിയ ഫീസു കൊടുത്താലെന്താ?" ഇങ്ങനെ പോകുന്നു രക്ഷിതാക്കളുടെ ന്യായീകരണങ്ങൾ. വർഷങ്ങൾ കഴിയുംതോറും അത്തരം സ്കൂളുകളിലെ എൽ കെ ജി വിഭാഗത്തിൽ പ്രവേശനം കിട്ടുന്നതിനു വേണ്ടിയുള്ള തിരക്ക് കൂടുകയാണ്. എന്നാൽ, അവയിൽ പലതിലെയും ആവശ്യത്തിനുള്ള സ്ഥലമുൾപ്പെടെയുള്ള ആഭ്യന്തര സൗകര്യങ്ങളും അദ്ധ്യയനനിലവാരവും അത്രയൊന്നും മെച്ചപ്പെട്ടതല്ല. എന്നാൽ അതൊന്നും വിലയിരുത്താനോ നിയന്ത്രിക്കുന്നതിനോ വേണ്ട സംവിധാനങ്ങൾ സംസ്ഥാനത്തില്ല.

XII
വിദ്യാഭ്യാസത്തിനുള്ള ബഡ്ജറ്റ് വിഹിതം

വിദ്യാഭ്യാസത്തിന് ഇന്ന് സംസ്ഥാന വാർഷിക ബഡ്ജറ്റുകളിൽ നീക്കിവയ്ക്കുന്നത് രാജ്യത്തിന്റെ മൊത്തം ആഭ്യന്തര ഉല്പാദനത്തിന്റെ (GDP) മൂന്നു ശതമാനം മാത്രമാണ്. ഇത് ആറു ശതമാനമായി ഉടൻ ഉയർത്തിയില്ലെങ്കിൽ വിദ്യാഭ്യാസാവകാശനിയമം നടപ്പാക്കുന്നതിനായി നാടൊട്ടാകെ സർക്കാർ വിദ്യാലയങ്ങൾ തുറന്നത് വ്യർത്ഥമാവും. അവയിൽ മിക്കതും അടച്ചുപൂട്ടേണ്ടതായി വരും. ഇത് അനുവദിച്ചുകൂട എന്ന് വിശേഷിച്ചു പറയേണ്ടതില്ല.

XIII
ആദ്യകാല ശൈശവ വിദ്യാഭ്യാസത്തിന്റെ പ്രശ്നങ്ങൾ

പ്രൈമറി വിദ്യാഭ്യാസം പോലെത്തന്നെ പ്രശ്നസങ്കീർണ്ണമാണ് ആദ്യകാല ശൈശവ വിദ്യാഭ്യാസത്തിന്റെ (Early Childhood Education - ECE) മേഖലയും.

ഓരോ വ്യക്തിയുടെയും ആജീവനാന്തവികസന സാദ്ധ്യതകൾ മെച്ചപ്പെടുത്തുന്നതിൽ ആദ്യകാല ശൈശവ വിദ്യാഭ്യാസം വലുതായ പങ്കാണ് വഹിക്കുന്നത്.

2011 ലെ സെൻസസ് അനുസരിച്ച് 0–6 പ്രായത്തിൽപ്പെട്ടവരായ 15 –87 കോടി കുട്ടികളാണ് രാജ്യത്തുള്ളത്. അവർക്കു വേണ്ടി 2017 ൽ

കേന്ദ്രം അംഗീകരിച്ച രേഖ (National Policy for Child) പറയുന്നത്, ആദ്യ കാല ശൈശവ-വിദ്യാഭ്യാസ-സംരക്ഷണ പരിപാടികളിൽനിന്ന് കുട്ടിക ളുടെ കണക്ക് ലഭ്യമല്ലെന്നാണ്. പലതരത്തിലുള്ള സ്ഥാപനങ്ങളും ഈ രംഗത്തു പ്രവർത്തിക്കുന്നുണ്ട്. അവ നല്കുന്ന സേവനത്തെപ്പറ്റിയുള്ള കൃത്യമായ വിവരങ്ങളും ലഭ്യമല്ല.

സമഗ്ര ശിശുവികസനപദ്ധതിയുടെ (ICDS - Integrated Child Development Scheme) പരിധിയിൽ വരുന്ന 7.65 കോടി കുട്ടികളാണ് രാജ്യത്തുള്ളത്. 0-6 വയസ്സുള്ള കുട്ടികളുടെ 48.2 ശതമാനത്തോളം വരും ഇവർ. ഈ കുട്ടികൾക്ക് സമഗ്രശിശുവികസന പദ്ധതിയുടെ ഭാഗമായി ആദ്യകാല ശൈശവ വിദ്യാഭ്യാസത്തിനു പുറമെ ആരോഗ്യ-പോഷകാ ഹാര കാര്യങ്ങളിലെ സേവനവും ലഭിക്കുന്നുണ്ട്.

2013 ലെ നയരേഖ പറയുന്നത്, സംഘടിതവും അസംഘടിതവു മായി പ്രവർത്തിക്കുന്ന സ്വകാര്യസ്ഥാപനങ്ങളാണ് സമഗ്ര ശിശു വിക സന പദ്ധതിക്കുകീഴിൽ വരുന്ന സർക്കാർ സ്ഥാപനങ്ങൾ കഴിഞ്ഞാൽ ഈ മേഖലയിൽ സേവനം നല്കുന്നതിൽ രണ്ടാം സ്ഥാനത്തുള്ളതെ ന്നാണ്. വ്യത്യസ്ത ഗുണതകളുള്ള ഇത്തരം സ്വകാര്യസ്ഥാപനങ്ങൾ ഗ്രാമ പ്രദേശങ്ങളിലേക്കു കൂടി അതിവേഗം പടർന്നുകൊണ്ടിരിക്കുകയാണെന്ന് പ്രസ്തുതരേഖ പറയുന്നു. ആവശ്യമായ സ്ഥലസൗകര്യമോ മെച്ചപ്പെട്ട അദ്ധ്യാപനപരിചരണരീതികളോ ഇവയിൽ മിക്കതിനുമില്ല. ജാതിമതാ ടിസ്ഥാനത്തിൽ സംഘടിപ്പിക്കപ്പെട്ടിട്ടുള്ളവയാണ് ഇവയിൽ പലതും.

ഡൽഹിയിലെ അംബേദ്കർ സർവ്വകലാശാലയിലെ ആദ്യകാല ശൈശവ വിദ്യാഭ്യാസ വികസനപഠനകേന്ദ്രം ആന്ധ്രാപ്രദേശ്, അസം, രാജസ്ഥാൻ എന്നീ സംസ്ഥാനങ്ങളിലെ ഈ മേഖലയിൽ പ്രവർത്തി ക്കുന്ന സ്ഥാപനങ്ങളെപ്പറ്റി നടത്തുന്ന നിരീക്ഷണം വളരെ പ്രസക്തമാണ്. അത് ഇങ്ങനെയാണ്:

> ആദ്യകാല ശൈശവ വിദ്യാഭ്യാസത്തെ സംബന്ധിച്ചിടത്തോളം രക്ഷിതാക്കൾ കൂടുതൽ ഇഷ്ടപ്പെടുന്നത് സ്വകാര്യ മേഖലയിലെ സ്ഥാപനങ്ങളെയാണ്. മെച്ചപ്പെട്ട നിലവാരം പുലർത്തുന്നവയാണ വയെന്ന് അവർ കരുതുന്നു. അവയിൽ തങ്ങളുടെ കുട്ടികളെ അയ യ്ക്കുന്നതിനുവേണ്ടി കനത്ത ഫീസ് നല്കുന്നതിനും അവർ തയ്യാറാണ്.

പഠനകേന്ദ്രത്തിന്റെ ഡയറക്ടർ പ്രൊഫ. വിനിതാ കൗൾ തുടരുന്നു.

> സമൂഹം മെച്ചപ്പെട്ടതെന്നു കരുതുന്ന ഈ സ്ഥാപനങ്ങൾ അനു വർത്തിക്കുന്നത് ഇളംപ്രായക്കാരായ കുഞ്ഞുങ്ങളുടെ വികസനാ വശ്യങ്ങൾക്കനുരൂപമായ കരിക്കുലമല്ലെന്നുള്ളതാണ് ഞങ്ങളുടെ വിലയിരുത്തൽ.

ഈ വിലയിരുത്തലിനെ കൊച്ചിയിലെ ഗാന്ധിനഗറിൽ സമഗ്രശിശു വികസന പദ്ധതിയിൻകീഴിൽ പ്രവർത്തിക്കുന്ന അംഗൻവാടിയിലെ അനു

ഭവങ്ങളുമായി തട്ടിച്ചുനോക്കുന്നത് രസാവഹമായ ഒരനുഭവമാണ്. ആ പ്രദേശക്കാരും അവിടെ കുടിയേറിപ്പാർത്തവരുമായ രക്ഷിതാക്കളുടെ കുട്ടികളുടെ നിരവധി തലമുറകളെയാണ് ആ അംഗൻവാടി അറിവിന്റെ ലോകത്തേക്ക് ആനയിച്ചത്. ഒരു കാലത്ത് ഓരോ ബാച്ചിലും അമ്പതോളം കുട്ടികളെ ആ അംഗൻവാടി ആകർഷിച്ചുകൊണ്ടിരുന്നു. സ്വകാര്യ ഇംഗ്ലീഷ് മീഡിയം പ്രീ-പ്രൈമറി സ്കൂളുകൾ അതിനെ വിഴുങ്ങുന്നതുവരെ ഈ നില തുടർന്നു. "സാമൂഹികപദവി സംബന്ധിച്ച് രക്ഷിതാക്കളിൽ വളർന്നുവന്ന അബദ്ധധാരണകളാണ് തുടർന്ന് സ്വകാര്യഇംഗ്ലീഷ് മീഡിയം സ്കൂളുകൾക്കു ലഭിച്ച സ്വീകാര്യതയ്ക്കു പിന്നി"ലെന്ന് പ്രസ്തുത അംഗൻവാടിയിലെ അദ്ധ്യാപികയായ വി കെ ഗിരിജ പരിതപിക്കുന്നു. "സ്വകാര്യ ഇംഗ്ലീഷ് മീഡിയം പ്രീ-സ്കൂളിലെ അദ്ധ്യയനത്തിന്റെ ഗുണതയുമായി, അതിന്റെ ഉള്ളടക്കവുമായി ഈ മാറ്റത്തിന് യാതൊരു ബന്ധവുമില്ല." - അവർ പറയുന്നു.

അംഗൻവാടികളിലെയും പ്രീ-സ്കൂളുകളോടു ബന്ധപ്പെട്ടു പ്രവർത്തിക്കുന്ന പ്രീ-പ്രൈമറിസ്കൂളുകളിലെയും സർക്കാർ വക ശിശു പരിചരണ കേന്ദ്രങ്ങളിലെയും (ക്രെഷുകൾ) ആഭ്യന്തര സൗകര്യങ്ങൾ ശിശുസൗഹൃദപരമായി മെച്ചപ്പെടുത്തുകയും അവയിലെ ആയമാർക്കും അദ്ധ്യാപികമാർക്കും ആധുനിക ശിശു പരിചരണ രീതികളിൽ പരിശീലനം നല്കുകയും ചെയ്തു കൊണ്ടുമാത്രമേ സ്വകാര്യ മേഖലയിലേക്കു വർദ്ധിച്ചുവരുന്ന ഒഴുക്ക് തടയാനാകൂ. പ്രീ-പ്രൈമറി തലത്തിലെ ശിശു പരിചരണ-വിദ്യാഭ്യാസ കേന്ദ്രങ്ങളുടെ പ്രവർത്തനം സംബന്ധിച്ച സമഗ്രമായ നിയമ നിർമ്മാണം കേന്ദ്രത്തിലും അതനുസരിച്ച് സംസ്ഥാനങ്ങളിലും നടത്തി സ്വകാര്യ സ്ഥാപനങ്ങളുടെ മേൽ കടിഞ്ഞാണിടുകയും വേണം.

XIV
പെൺകുട്ടികളും വിദ്യാഭ്യാസവും

പെൺകുട്ടിക്ക് വിദ്യാഭ്യാസം നല്കുന്നു എന്നതിനർത്ഥം രാജ്യത്തിന് മൊത്തത്തിൽ വിദ്യാഭ്യാസം നല്കുന്നു എന്നാണ്. ഈശ്വര ചന്ദ്രവിദ്യാസാഗറും മഹാത്മാഗാന്ധിയും മുതല്ക്കുള്ള ദേശീയ നേതാക്കൾക്ക് ഈ തിരിച്ചറിവ് ഉണ്ടായിരുന്നതുകൊണ്ടാണ് അവർ സ്ത്രീ വിദ്യാഭ്യാസത്തിന് തങ്ങളുടെ അജണ്ടയിൽ ഊന്നൽ നല്കിയത്.

എന്നാൽ, ഇന്ന് പെൺകുട്ടികളുടെ വിദ്യാഭ്യാസത്തിന് ദേശീയ മുൻഗണനകളിൽ ഏറ്റവും ഒടുക്കത്തെ സ്ഥാനമാണുള്ളത്. 'ബേടീ പഢാവോ ബേടീ ബചാവോ' തുടങ്ങിയവ കേൾക്കാൻ കൊള്ളാവുന്ന മുദ്രാവാക്യങ്ങൾ മാത്രം. വൻതുകകൾ അത്തരം മുദ്രാവാക്യങ്ങൾ വച്ചുള്ള പദ്ധതികളുടെ പേരിൽ ചെലവഴിക്കപ്പെടുന്നുണ്ടെങ്കിലും അതെല്ലാം വെറുതെ പുല്ലിൽ തൂവിക്കളയുന്ന അരിപ്പൊടിയായി കലാശിക്കുകയാണ്. സ്വന്തം

വീട്ടിലോ അയൽവീടുകളിലോ ഗാർഹിക ജോലികളിൽ പെൺകുട്ടികളെ ഏർപ്പെടുത്തുന്നതിലാണ് സാമ്പത്തികമായി പിന്നോക്കം നില്ക്കുന്ന രക്ഷിതാക്കളുടെ ശ്രദ്ധ. എന്നുവച്ചാൽ രാജ്യത്തെ മഹാഭൂരിപക്ഷം രക്ഷിതാക്കളുടെയും ശ്രദ്ധ. മിസോറാമിലെ സ്കൂളുകളിലെ പെൺകുട്ടികളുടെ കൊഴിഞ്ഞുപോക്ക് 23.93 ശതമാനമാണെന്നതിൽ എന്തുണ്ട് അത്ഭുതപ്പെടാൻ? ഝാർഖണ്ഡ്, മദ്ധ്യപ്രദേശ്, ബംഗാൾ, ഉത്തർപ്രദേശ് തുടങ്ങിയ ഉത്തരേന്ത്യൻ സംസ്ഥാനങ്ങളിലെല്ലാം ഇതാണ് സ്ഥിതി. അത്ഭുതമെന്നു പറയട്ടെ, ബീഹാറിലെ സ്കൂളുകളിൽ നിന്നുള്ള പെൺകുട്ടികളുടെ കൊഴിഞ്ഞുപോക്ക് ദേശീയ ശരാശരിയെക്കാൾ 4.66 ശതമാനം കുറവാണ്.

പെൺകുട്ടികൾ രക്ഷിതാക്കളിൽ നിന്നു മാത്രമല്ല, അദ്ധ്യാപകരിൽനിന്നും വിവേചനത്തിന് ഇരയാകുന്ന വസ്തുതയ്ക്കു നേരേ കണ്ണടയ്ക്കാനാവില്ല. മെച്ചപ്പെട്ട അദ്ധ്യയനം നല്കുന്നതെന്നു കരുതപ്പെടുന്ന (അതൊരു മിഥ്യാധാരണയാണെന്ന് മുകളിൽ പറഞ്ഞു) സ്വകാര്യസ്കൂളുകളിലേക്ക് ആൺകുട്ടികളെ അയയ്ക്കാൻ രക്ഷിതാക്കൾ താല്പര്യപ്പെടുമ്പോൾ, പെൺകുട്ടികളെ താരതമ്യേന തരംതാണതെന്ന് അവർ കരുതുന്ന സർക്കാർ സ്കൂളുകളിലേക്ക് അയയ്ക്കുന്നതുകൊണ്ടു തൃപ്തിപ്പെടുന്നു. ആൺകുട്ടികൾ പെൺകുട്ടികളെക്കാൾ വേഗത്തിൽ പഠിക്കാൻ കഴിവുള്ളവരാണെന്നാണ് പല അദ്ധ്യാപകരുടെയും മിഥ്യാധാരണ. ഇത് കാരണമായി പെൺകുട്ടികളെ രണ്ടാംതരം വിദ്യാർത്ഥികളായി കണക്കാക്കി അവരോട് വിവേചനം കാട്ടുന്നതിന് അദ്ധ്യാപകരും മുതിരുന്നു. പെൺകുട്ടികൾ അങ്ങനെ വീട്ടിലും വിദ്യാലയത്തിലും ഒരുപോലെ വിവേചനത്തിന് ഇരയാകുന്നു.

2016 ലെ ASER അനുസരിച്ച് 6–14 പ്രായക്കാരായ കുട്ടികളുടെ സ്കൂളുകളിൽ നിന്നുള്ള കൊഴിഞ്ഞുപോക്ക് 3.9 ശതമാനമാണ്. അതിൽ 22 ശതമാനം ആൺകുട്ടികളും 24 ശതമാനം പെൺകുട്ടികളുമത്രെ. 11–14 പ്രായപരിധിയിൽ ഈ വിടവ് വർദ്ധിക്കുന്നു. വീടുകളിൽ പണിയെടുക്കാനോ വിവാഹിതകളാവാനോ ഈ പ്രായത്തിൽ പെൺകുട്ടികൾ നിർബ്ബന്ധിക്കപ്പെടുന്നു. (മിനിമം വിവാഹ പ്രായം 21 വയസ്സായി ഇന്ന് നിയമം മൂലം നിഷ്കർഷിക്കപ്പെട്ടിട്ടുണ്ടെങ്കിലും!)

സ്കൂളിലേക്കുള്ള വഴിയിൽവച്ചോ സ്കൂളിൽ വച്ചുതന്നെയുമോ തങ്ങളുടെ പെൺമക്കൾ അതിക്രമങ്ങൾക്കിരയായേക്കുമെന്ന് രക്ഷിതാക്കൾ, പ്രത്യേകിച്ചും അമ്മമാർ ഭയപ്പെടുന്നു. പെൺകുട്ടികളുടെ വിദ്യാഭ്യാസം മുഖ്യമായും അമ്മമാരുടെ വിദ്യാഭ്യാസനിലവാരത്തെയും അവരുടെ സമീപനത്തെയും ആശ്രയിച്ചാണിരിക്കുന്നത്.

"100 കുട്ടികളിൽ രണ്ടുകുട്ടികൾ മാത്രം കോളേജ് നിലവാരത്തിൽ എത്തിയാലും അതൊരു നേട്ടമാണ്. അവരിൽ ഒരു കുട്ടി പെൺകുട്ടിയാണെങ്കിൽ വിശേഷിച്ചും." ഈ വിലയിരുത്തൽ തീർത്തും യാഥാർത്ഥ്യബോധത്തിൽ നിന്നുളവാകുന്നതാണ്.

ബീഹാറിൽനിന്നുള്ള ഒരു സർവ്വെയിൽ കണ്ടത് 42 ശതമാനം കുട്ടി

കളുടെ കുടുംബങ്ങളിൽനിന്ന് അവരാണ് ആദ്യമായി സ്കൂളിൽ പോകുന്നതെന്നാണ്. 75 ശതമാനം കുട്ടികളുടെ അമ്മമാരും സ്കൂളിന്റെ പടിക്കകത്തു ചവിട്ടാത്തവരാണ്. അവിടെ നിതീഷ്കുമാർ സർക്കാർ പെൺകുട്ടിക്ക് സ്കൂളിൽ പോകാൻ സൗജന്യമായി സൈക്കിൾ നല്കുന്നുണ്ട്. പക്ഷേ, പെൺകുട്ടികൾക്കു വിദ്യാഭ്യാസം നല്കേണ്ടതിന്റെ ആവശ്യകത അമ്മമാരെ ബോദ്ധ്യപ്പെടുത്തുക അത്ര എളുപ്പമല്ലെന്നത് യാഥാർത്ഥ്യം.

വയോജന വിദ്യാഭ്യാസവും കുട്ടികളുടെ നിർബ്ബന്ധ വിദ്യാഭ്യാസവും കൂട്ടിയോജിപ്പിച്ചുകൊണ്ടു മാത്രമേ പിന്നോക്കവിഭാഗങ്ങളിൽപ്പെട്ട കുട്ടികളുടെ, വിശേഷിച്ചും പെൺകുട്ടികളുടെ വിദ്യാഭ്യാസം ഉറപ്പുവരുത്താനാകൂ.

XV

കേരളത്തിലെ സ്ഥിതി അല്പം വ്യത്യസ്തം, അതേ സമയം ആശങ്കയ്ക്കു ധാരാളം വക നല്കുന്നതും

നവോത്ഥാന കാലം മുതൽ കുട്ടികളുടെ വിദ്യാഭ്യാസത്തിന് സമൂഹപുരോഗതിക്കായുള്ള ശ്രമങ്ങളിൽ മുൻഗണന നല്കിപ്പോന്നിട്ടുള്ള സംസ്ഥാനമാണ് കേരളം. സ്വാതി തിരുനാളിന്റെ കാലം മുതൽ പഠിക്കാൻ താല്പര്യമുള്ളവർക്കെല്ലാം അതിനവസരം നല്കാൻ തിരുവിതാംകൂർ വിശേഷിച്ചും ശ്രമിച്ചിട്ടുണ്ട്. പി ടി ഭാസ്കരപ്പണിക്കരുടെ കാലം മുതൽ ഡിസ്ട്രിക്ട് ബോർഡ് വിദ്യാഭ്യാസ കാര്യത്തിൽ നല്ല ശ്രദ്ധ ചെലുത്തിയിട്ടുണ്ട്. തിരുവിതാംകൂറിന്റെയും മലബാറിന്റെയും കാറ്റേറ്റിട്ടായിരിക്കാം കൊച്ചിയിൽ ശക്തൻ തമ്പുരാനും പാലിയത്തച്ചനും പോലുള്ളവരും ജാതി മതഭേദമെന്യേ എല്ലാവർക്കും പഠിക്കാൻ അവസരം നല്കുന്ന വിദ്യാലയങ്ങൾ നാട്ടിലുടനീളം സ്ഥാപിക്കുന്നതിൽ ശ്രദ്ധിച്ചിട്ടുണ്ട്. പെൺകുട്ടികളുടെ കാര്യത്തിൽ, ഇന്ത്യയുടെ മറ്റു പ്രദേശങ്ങളിലെന്നപ്പോലുള്ള വിലക്കുകൾ കേരളത്തിൽ ഉണ്ടായിരുന്നിട്ടില്ല, ഉന്നതജാതിയിൽപെട്ടവർ പ്രായപൂർത്തിയാകുന്ന പെൺകുട്ടികളുടെ മേൽ അടിച്ചേല്പിച്ചിരുന്ന വിലക്കുകളൊഴിച്ചാൽ (അവർക്കും തങ്ങളുടെ പെൺമക്കൾക്ക് ഭാരതവും രാമായണവും പകൽ നേരങ്ങളിൽ വായിക്കാൻ അവസരമൊരുക്കണമെന്ന് ആഗ്രഹമുണ്ടായിരുന്നു) വിരലിലെണ്ണാവുന്ന എഴുത്തുകാരികളും മറ്റു പൊതുപ്രവർത്തകനും കേരളത്തിലെ പെൺകുട്ടികൾക്കിടയിൽനിന്ന് മേൽജാതികളിൽ നിന്നെങ്കിലും വളർന്നു വരികയും ചെയ്യുകയുണ്ടായി. (കടത്തനാട്ട് മാധവിയമ്മ, അമ്പാടി കാർത്ത്യായനിയമ്മ, അമ്പാടി ഇക്കാവമ്മ, അമ്മു സ്വാമിനാഥൻ തുടങ്ങിയവരെപ്പോലെ) പെൺകുട്ടികളുടെ വിദ്യാഭ്യാസത്തിന്റെ പ്രാധാന്യം നവോത്ഥാന നായകർ മുൻകൈയെടുത്തു പ്രവർത്തിച്ചതിന്റെ ഫലമായി കേരളത്തിലെ പൊതുസമൂഹം തുടക്കം മുതലേ തിരിച്ചറിഞ്ഞിട്ടുണ്ടെന്നാണ് ഇതെല്ലാം തെളിയിക്കുന്നത്.

സൗജന്യവും നിർബ്ബന്ധിതവും സാർവ്വത്രികവുമായ വിദ്യാഭ്യാസം പതിറ്റാണ്ടുകളായി കേരളത്തിന്റെ വികസന അജണ്ടയിലെ മുഖ്യമായ ഒരിനമാണ്. പ്രക്രിയാധിഷ്ഠിതമായ പാഠ്യപദ്ധതി ഇരുപതാം നൂറ്റാണ്ടിന്റെ അവസാനദശകത്തോടെ ആദ്യം പ്രൈമറിതലത്തിലും തുടർന്ന് ഹൈസ്കൂൾ തലത്തിലും നടപ്പായതോടെ സംസ്ഥാനത്തെ വിദ്യാഭ്യാസത്തിന്റെ ഗുണമേന്മയിലും വലിയ പുരോഗതിയുണ്ടായിട്ടുണ്ട്. കൂടെക്കൂടെ തിരിച്ചടികൾ നേരിട്ടുകൊണ്ടാണെങ്കിലും. ഇന്നു കേരളം വിദ്യാഭ്യാസരംഗത്ത് ഒരു വൻകുതിച്ചു ചാട്ടത്തിന്റെ പാതയിലാണ്. ഡിജിറ്റൽ സംവിധാനത്തിന്റെ സഹായത്തോടെ സംസ്ഥാനത്തെ വിദ്യാഭ്യാസത്തെ അന്താരാഷ്ട്രതലത്തിലേക്കുയർത്താൻ ഒരു പരിധിവരെ നമുക്കുകഴിഞ്ഞു. ഉന്നതവിദ്യാഭ്യാസത്തിന്റെ നിലയും ഉയർത്താനുള്ള ശ്രമങ്ങൾ ആരംഭിച്ചിട്ടുണ്ട്.

XVI
പ്രാഥമിക വിദ്യാഭ്യാസരംഗത്തെ ദൗർബല്യങ്ങൾമാത്രം പരിഹരിച്ചാൽ പോരാ

എന്നാൽ ഇത്തരമൊരു കുതിച്ചുചാട്ടം വിജയിക്കണമെങ്കിൽ, ഇന്നത്തെ നിലയെപ്പറ്റിയും പുതുതായി ലക്ഷ്യമിടുന്ന രീതിയിൽ വിദ്യാഭ്യാസത്തിന്റെ എല്ലാ തലങ്ങളെയും അന്താരാഷ്ട്ര തലത്തിലേക്കുയർത്തുന്നതിനായി ആഭ്യന്തര സൗകര്യങ്ങളിലും പഠനോപാധികളിലും പഠനരീതികളിലും വരുത്തേണ്ട മാറ്റങ്ങളെപ്പറ്റിയും വസ്തുനിഷ്ഠമായ ഒരു പഠനം നടത്തേണ്ടതുണ്ട്. അങ്ങനെയുള്ള പഠനം നടത്തുമ്പോൾ ഒരിക്കലും വിട്ടുപോകരുതാത്ത ഒരു വിഭാഗമാണ് സംസ്ഥാനത്തു പിറന്നുവീഴുന്ന കുഞ്ഞുങ്ങളിൽ പത്തുശതമാനത്തോളം വരുന്ന ശാരീരികവും മാനസികവുമായ ദുർബ്ബലതകളുള്ളവർ. അത്തരമൊരു പഠനത്തിന്റെ പിൻബലത്തോടെ നടത്തുന്ന വിപുലവും സർവ്വതലസ്പർശിയുമായ ഒരു സർവ്വെയിലൂടെ മാത്രമേ നമ്മുടെ പ്രാഥമിക വിദ്യാഭ്യാസരംഗത്തെന്നപോലെ, ഹൈസ്കൂൾ വിദ്യാഭ്യാസരംഗത്തും ഉന്നതവിദ്യാഭ്യാസരംഗത്തുമുള്ള പോരായ്മകൾ പരിഹരിക്കാൻ കഴിയൂ. ശ്രമകരമായ ഈ ദൗത്യം വിദ്യാഭ്യാസരംഗത്ത് ഏറ്റെടുക്കാൻ സംസ്ഥാനം തയ്യാറായാൽ മാത്രമേ നിലയുറപ്പുള്ള നേട്ടങ്ങളിലേക്ക് നമ്മുടെ സംസ്ഥാനത്തെ പൊതുജീവിതത്തെ നയിക്കാനാവൂ.

അട്ടപ്പാടിയിലെയും വയനാട്ടിലെയും ആദിവാസിമേഖലകളിലും സംസ്ഥാനത്തിന്റെ പടിഞ്ഞാറെ അരികിൽ നീണ്ടുകിടക്കുന്ന മത്സ്യബന്ധന മേഖലയിലും മാറ്റത്തിന്റെയും വികസനത്തിന്റെയും പേരിൽ ശതകോടികൾ ചെലവഴിച്ചതിന്റെ എല്ലാത്തരത്തിലുള്ള അനുഭവങ്ങൾക്കും സാക്ഷിയാണ് നമ്മുടെ സംസ്ഥാനമെന്ന് ഈ അവസരത്തിലും നമ്മൾ മറന്നുകൂടാ.

ബദൽ വിദ്യാഭ്യാസം എന്തിന്, എങ്ങനെ?

ഇന്നത്തെ വിദ്യാഭ്യാസ സമ്പ്രദായത്തിന്റെ പാപ്പരത്തത്തെപ്പറ്റിയും അതിന് ബദലായി ഒരു വിദ്യാഭ്യാസസമ്പ്രദായത്തിന് രൂപംനല്കേണ്ടതിന്റെ ആവശ്യകതയെപ്പറ്റിയും ധാരാളം പ്രസംഗങ്ങൾ നടക്കാറുണ്ടെങ്കിലും പ്രശ്നങ്ങളുടെ അടിത്തട്ടിലേക്കിറങ്ങിച്ചെന്നുള്ള നിരീക്ഷണങ്ങളും ശരിയായ ബദൽ വിദ്യാഭ്യാസരീതി കണ്ടെത്താനുള്ള ശ്രമങ്ങളും വളരെ കുറച്ചുമാത്രമേ ഉണ്ടാകുന്നുള്ളൂ.

സ്വാതന്ത്ര്യസമരകാലത്തെ സ്ഥിതിയിൽനിന്ന് വ്യത്യസ്തമാണിത്. ബ്രിട്ടീഷുകാർ ഇന്ത്യയിൽ നടപ്പാക്കിയ വിദ്യാഭ്യാസരീതി അന്ന് രൂക്ഷമായ വിമർശനത്തിന് വിധേയമായി. പല കാര്യങ്ങളിലും ഭിന്നസ്വരത്തിൽ സംസാരിച്ച ദേശീയ നേതൃത്വം കൊളോണിയൽ വിദ്യാഭ്യാസരീതിക്കെതിരായി ഒരു സമാന്തര വിദ്യാഭ്യാസരീതി ഉണ്ടാകണമെന്ന കാര്യത്തിൽ ഏകാഭിപ്രായക്കാരായിരുന്നു. കൊളോണിയൽ മോഡൽ വിദ്യാലയങ്ങൾ ബഹിഷ്കരിക്കുന്നതിന് ദേശീയ നേതൃത്വം ആഹ്വാനം നല്കി. പകരമായി സമാന്തരവിദ്യാഭ്യാസ പദ്ധതിയെന്ന നിലയിൽ നാട്ടിലെങ്ങും ദേശീയവിദ്യാപീഠങ്ങൾ ഉയർന്നുവന്നു. സ്വാതന്ത്ര്യസമരനായകന്മാരിൽ പലരും ഈ വിദ്യാപീഠങ്ങളുടെ സൃഷ്ടിയായിരുന്നു.

ദേശീയതയെക്കുറിച്ചുള്ള വ്യത്യസ്ത സങ്കല്പങ്ങൾക്കനുസൃതമായി ഈ ദേശീയ വിദ്യാപീഠങ്ങളുടെ സ്വഭാവത്തിലും വ്യത്യസ്തതകൾ ധാരാളം ഉണ്ടായിരുന്നു. ആര്യസമാജം ഗുരുകുല വിദ്യാഭ്യാസത്തിന് ഉയിർത്തെഴുന്നേല്പ് നല്കാനാണ് ശ്രമിച്ചത്. ഗോപാലകൃഷ്ണഗോഖലെയുടെ വിദ്യാഭ്യാസ സങ്കല്പത്തിൽ പാശ്ചാത്യസ്വാധീനം കൂടുതൽ നിഴലിച്ചു. രബീന്ദ്രനാഥ് ടാഗോറിന്റെ ശാന്തിനികേതനും വിശ്വഭാരതിയും പാശ്ചാത്യ വിദ്യാഭ്യാസം നേടിയ ഇന്ത്യൻ ബുദ്ധിജീവി ഭാരതീയത്തനിമയിലേക്ക് നടത്തിയ തീർത്ഥയാത്രയുടെ പ്രതീകങ്ങളായിരുന്നു. സർ

സെയ്ദ് മുഹമ്മദ് ഖാന്റെ അലിഗഢ് ആംഗ്ലോ-മുസ്ലീം വിദ്യാലയം (പിന്നീടത് അലിഗഢ് മുസ്ലീം സർവ്വകലാശാലയായി മാറി) ഉയിർത്തെഴുന്നേല്ക്കാനാരംഭിച്ച മുസ്ലീം ജനത ഭൂരിപക്ഷ വർഗ്ഗീയതയ്ക്കെതിരായി ബ്രിട്ടീഷ് കൊളോണിയൽ സംസ്കാരത്തോടുചെയ്ത സന്ധിയുടെ സൃഷ്ടിയായിരുന്നു. ഈ വ്യത്യസ്തതകൾ നിലനില്ക്കെത്തന്നെ ബ്രിട്ടീഷ് വിരുദ്ധ സ്വഭാവവും ദേശീയ ബോധവും ഈ വിദ്യാപീഠങ്ങൾക്കെല്ലാം ഏകദേശമായ ഐകരൂപ്യം നല്കി.

മഹാത്മാഗാന്ധിയിൽ എത്തിയപ്പോൾ വിദ്യാഭ്യാസത്തെക്കുറിച്ചുള്ള ദേശീയ സങ്കല്പത്തിന് വിപുലമായ ജനാധിപത്യ സ്വഭാവം കൈവന്നു. സാർവ്വത്രികമായ വിദ്യാഭ്യാസം എന്ന ആശയം ഗാന്ധിയാണ് ഇന്ത്യൻ ദേശീയതയ്ക്ക് സംഭാവന ചെയ്തത്. ഇന്ത്യയെപ്പോലുള്ള ഒരു അവികസിത രാജ്യത്ത് ഉല്പാദനക്ഷമമായ തൊഴിലിൽ കേന്ദ്രീകരിച്ചല്ലാതെ സാർവ്വത്രിക വിദ്യാഭ്യാസം നടപ്പാക്കാനാവില്ലെന്ന മഹാത്മാഗാന്ധിയുടെ വാദം പൊതുവിൽ അംഗീകരിക്കപ്പെടുകയും ചെയ്തു. മുഖ്യമായും പ്രാഥമിക വിദ്യാഭ്യാസത്തിൽ ഊന്നിയുള്ളതും അത് സാർവ്വത്രികവും സാർവ്വജനീനവും ആക്കുന്നതിൽ ശ്രദ്ധ കേന്ദ്രീകരിച്ചുള്ളതുമായിരുന്നു സ്വാതന്ത്ര്യത്തിന് തൊട്ടുമുമ്പുവരെ ഇന്ത്യയിലെ ദേശീയ പ്രസ്ഥാനം നേതൃത്വം നല്കിയ സമാന്തര വിദ്യാഭ്യാസ സമ്പ്രദായത്തിന്റെ ഉള്ളടക്കവും ശൈലിയും.

ഈ സമീപനം സ്വാതന്ത്ര്യത്തിന് ശേഷമുള്ള വർഷങ്ങളിൽ കീഴ്മേൽ മറിഞ്ഞതായി കാണാം. ഊന്നലും ശ്രദ്ധയും പ്രാഥമിക വിദ്യാഭ്യാസത്തിൽ നിന്ന് വിട്ട് വിദ്യാഭ്യാസത്തിന്റെ ഉയർന്ന തലങ്ങളിലായി. സ്വതന്ത്ര ഇന്ത്യ ആദ്യം നിശ്ചയിച്ചത് സർവ്വകലാശാലാ വിദ്യാഭ്യാസ കമ്മീഷനെയാണ് – 1948 ൽ. 1952 ൽ ഒരു സെക്കന്ററി വിദ്യാഭ്യാസ കമ്മീഷനെ നിയമിച്ചു. സർവ്വകലാശാല വിദ്യാഭ്യാസത്തിന്റെ ചട്ടക്കൂടിൽ സെക്കന്ററി വിദ്യാഭ്യാസത്തിന്റെ രൂപരേഖ വരച്ചുവയ്ക്കുകയാണ് രണ്ടാമത് രൂപീകരിച്ച ഈ കമ്മീഷൻ ചെയ്തത്. പ്രൈമറി വിദ്യാഭ്യാസത്തെപ്പറ്റി പഠിക്കാൻ ഒരു കമ്മീഷനെ നിയമിച്ചത് വീണ്ടും പന്ത്രണ്ടുവർഷം കഴിഞ്ഞ് 1964 ലാണ്. അതാണ് കോത്താരി കമ്മീഷൻ.

കമ്മീഷൻ നിയമത്തിന്റെ ഒരു മുൻപിൻ പ്രശ്നമല്ല ഇത്. വീക്ഷണത്തിൽ വന്ന വ്യതിയാനത്തിന്റെ പ്രശ്നമാണ്. സാർവ്വത്രികവും സാർവ്വജനീനവുമായ വിദ്യാഭ്യാസത്തെക്കുറിച്ച് അതുവരെ സംസാരിച്ചിരുന്നവർ തന്നെ ഭരണഘടനയ്ക്ക് രൂപംനല്കിയപ്പോൾ ആറുമുതൽ പതിനാല് വയസ്സുവരെയുള്ള കുട്ടികൾക്ക് പ്രാഥമിക വിദ്യാഭ്യാസം സാർവ്വത്രികവും നിർബ്ബന്ധവുമാക്കുക എന്നത് ഒരു ബാദ്ധ്യതയായി ഏറ്റെടുക്കാൻ കൂട്ടാക്കിയില്ല. പകരം പത്തുകൊല്ലംകൊണ്ട് നടപ്പാക്കേണ്ട ഒരു നിർദ്ദേശമായി നിർദ്ദേശകതത്ത്വങ്ങളിൽ ഉൾപ്പെടുത്തുകമാത്രം ചെയ്തു. അറുപതുകളുടെ തുടക്കത്തിൽ മൂന്നാം പഞ്ചവത്സരപദ്ധതി വന്നപ്പോൾ 14 വയസ്സുവരെയുള്ളവർക്ക് എന്നതിന്റെ സ്ഥാനത്ത് 11 വയസ്സുവരെയുള്ളവർക്ക് എന്നാക്കി കുറച്ചു സൗജന്യ വിദ്യാഭ്യാസത്തിന്റെ ലക്ഷ്യപരിധി. ലക്ഷ്യം

നേടാനുള്ള സമയപരിധിയാകട്ടെ, മൂന്നാം പഞ്ചവത്സരപദ്ധതിയുടെ അവസാനംവരെ എന്നാക്കി. പദ്ധതികൾ പിന്നിട്ടപ്പോൾ ലക്ഷ്യത്തെപ്പറ്റിയുള്ള പരാമർശം തന്നെ ഇല്ലാതായി. എൺപതുകളിൽ പുതിയ വിദ്യാഭ്യാസ നയം വന്നപ്പോൾ സാർവ്വത്രികവും സൗജന്യവുമായ വിദ്യാഭ്യാസം കുട്ടികൾക്ക് നല്കുക രാജ്യത്തിന്റെ ചുമതലയേ അല്ലെന്ന നിലവന്നിരിക്കുന്നു. സാങ്കേതിക-വൈജ്ഞാനിക വിദഗ്ദ്ധരെ സൃഷ്ടിക്കുന്ന നവോദയ വിദ്യാലയങ്ങൾ, ഓട്ടോണമസ് കോളേജുകൾ, മറ്റ് ഉന്നത വിദ്യാകേന്ദ്രങ്ങൾ എന്നിവയിലൂടെ വിദ്യാഭ്യാസ നയത്തിന്റെ കേന്ദ്രബിന്ദു വരേണ്യപക്ഷപാതമായി മാറിയിരിക്കുന്നു.

മാറിവന്ന ഈ നയത്തിന്റെ അടിസ്ഥാനകാരണങ്ങളിലേക്ക് കടക്കുന്നതിനുമുമ്പ് ഇത് രാജ്യത്തെ എവിടെ കൊണ്ടുചെന്നെത്തിച്ചിരിക്കുന്നെന്ന് നോക്കാം. 14 വയസ്സുവരെയുള്ള കുട്ടികൾക്ക് സൗജന്യവും നിർബ്ബന്ധിതവും സാർവ്വത്രികവുമായ വിദ്യാഭ്യാസം വാഗ്ദാനം ചെയ്തിടത്ത് 10 വയസ്സിന് മുകളിലുള്ള കുട്ടികളിൽ 60 ശതമാനവും ഇന്നും എഴുതാനോ വായിക്കാനോ അറിയാത്തവരാണ്. 20 ശതമാനം കുട്ടികൾ സ്കൂൾപടി ചവിട്ടിയവരേ അല്ല. സ്കൂളിൽ ചേരുന്ന കുട്ടികളിൽത്തന്നെ 50 ശതമാനവും പ്രൈമറി ഘട്ടം തീരുന്നതിനുമുമ്പ് പഠിത്തം നിർത്തുന്നു. 10-ാം ക്ലാസിൽ എത്തുന്നത് പത്തിനൊന്ന് പേർ മാത്രം.

കേരളത്തിലെ സ്ഥിതി ഇന്ത്യയിലെ പൊതുസ്ഥിതിയിൽനിന്ന് വളരെ മെച്ചപ്പെട്ടതാണ്. ഇവിടെ ഒന്നാം ക്ലാസിൽ പ്രവേശിക്കുന്നതിന്റെ പകുതിപ്പേർ പത്താം ക്ലാസിൽ എത്തുന്നുണ്ട്. 1981 ലെ സെൻസസ് അനുസരിച്ച് ഇന്ത്യയിലെ സാക്ഷരത 36.23 ശതമാനം ആണെങ്കിൽ കേരളത്തിലേത് 70.42 ശതമാനമാണ്. 1901 ലും കേരളത്തിലെ സ്ഥിതി ഇന്ത്യയിലെ പൊതുസ്ഥിതിയെക്കാൾ മെച്ചപ്പെട്ടതായിരുന്നു. അന്ന് ഇന്ത്യയിലെ സാക്ഷരത 5.35 ശതമാനവും കേരളത്തിലേത് 11.14 ശതമാനവും ആയിരുന്നു. കേരളത്തിലെ ഉല്പാദന ബന്ധങ്ങൾക്ക് - ഭൂവുടമ വ്യവസ്ഥയ്ക്ക് വിശേഷിച്ചും - ഇന്ത്യയിലെ മറ്റു പ്രദേശങ്ങളിൽനിന്ന് ആദ്യംതൊട്ടേ ഉണ്ടായിരുന്ന വ്യത്യാസങ്ങളും ജനാധിപത്യ പ്രസ്ഥാനങ്ങളുടെ വളർച്ചയും അൻപതുകളുടെ അവസാനം മുതല്ക്കുണ്ടായ ഭൂപരിഷ്കരണ നിയമങ്ങളും ഹൈസ്കൂൾ തലം വരെയുള്ള വിദ്യാഭ്യാസം അറുപതുകളിൽ സൗജന്യമാക്കിയതുമൊക്കെ ഈ മെച്ചപ്പെട്ട നിലയ്ക്ക് കാരണമായിട്ടുണ്ടാകാം.

ഇന്ത്യയിലെ കുട്ടികളുടെ പൊതുനില നമുക്കൊന്നു പരിശോധിച്ചു നോക്കാം. ജനസംഖ്യയുടെ 40 ശതമാനംവരും കുട്ടികൾ. 14 വയസ്സിന് താഴെയുള്ളവരെക്കൊണ്ട് കഠിനാദ്ധ്വാനം ചെയ്യിക്കുന്നതിനെ ഭരണഘടന വിലക്കുന്നുണ്ടെങ്കിലും നാനാ തൊഴിൽ മേഖലകളിൽ കുട്ടികളെക്കൊണ്ട് കുറഞ്ഞകൂലിക്ക് പന്ത്രണ്ടും പതിനഞ്ചും മണിക്കൂർ കഠിനാദ്ധ്വാനം ചെയ്യിക്കുന്നുണ്ട്.

നാട്ടിൽ ആവർത്തിച്ചുണ്ടാകുന്ന വർഗ്ഗീയ കലാപങ്ങൾക്കും വെള്ളപ്പൊക്കം, വറുതി തുടങ്ങിയ കെടുതികൾക്കും ദുരിതങ്ങൾക്കും മറ്റാരെ

ക്കാളും വിധേയരാകുന്നത് ഇവയ്ക്ക് കുരുതികൊടുക്കപ്പെടുന്ന പാവപ്പെട്ട ജനങ്ങളുടെ സന്താനങ്ങളാണ്. തെരുവിലേക്ക് എന്നെന്നേക്കുമായി വലിച്ചെറിയപ്പെടുന്ന കുട്ടികളെ സംരക്ഷിക്കുന്നതിന് ഒരു പദ്ധതിയും ഇന്നില്ല.

ഇവരെല്ലാം വിദ്യാഭ്യാസത്തിന്റെ രംഗത്ത് പ്രവേശനം കിട്ടാത്തവരോ ബലാൽക്കാരമായി അവിടെനിന്ന് പിടിച്ചുമാറ്റപ്പെട്ടവരോ അത്രെ. വിദ്യാഭ്യാസം ലഭിക്കുന്ന കുട്ടികളെത്തന്നെ മൂല്യബോധത്തിലും സംസ്കാരത്തിലും രണ്ട് തട്ടുകളിലായി വേർതിരിച്ച് നിർത്തിയിരിക്കുകയാണ്. നവോദയ വിദ്യാലയങ്ങളിലും അംഗീകൃത പബ്ലിക് സ്കൂളുകളിലും വരേണ്യ വിദ്യാഭ്യാസം ലഭിക്കുന്ന ന്യൂനപക്ഷം ഒരു തട്ടിൽ, പൊതുവിദ്യാഭ്യാസം ലഭിക്കുന്ന മഹാഭൂരിപക്ഷം മറ്റൊരു തട്ടിൽ. ഇരുതട്ടിലുമുള്ളവർ തമ്മിലുള്ള അന്തരത്തെ പുതിയ വിദ്യാഭ്യാസനയം ശാശ്വതീകരിക്കുന്നു.

പാഠപുസ്തകങ്ങളിലടങ്ങിയിരിക്കുന്ന പരിമിതമായ ശാസ്ത്രീയ പുരോഗമന ചിന്താഗതികൾപോലും കുട്ടികൾക്ക് സ്വാംശീകരിക്കാൻ അവസരം നല്കാത്ത രീതിയിൽ ഉള്ളതാണ് ഇന്നത്തെ അദ്ധ്യയനരീതിയും പരീക്ഷാസമ്പ്രദായവും. ഇക്കാര്യത്തിൽ വരേണ്യ വിദ്യാലയങ്ങളും പൊതുവിദ്യാലയങ്ങളും തമ്മിൽ യാതൊരു വ്യത്യാസവുമില്ല. വിജ്ഞാനം പാഠപുസ്തകങ്ങളിൽനിന്നോ പലപ്പോഴും പാഠപുസ്തകങ്ങളെക്കാളേറെ ഗൈഡുകളിൽനിന്നോ ബോർഡിലേക്കും ബോർഡിൽനിന്ന് നോട്ടുബുക്കിലേക്കും പകർത്തുന്ന അദ്ധ്യയനരീതിയും വികലമായി ലഭിച്ച ഈ വിജ്ഞാനം മനഃപാഠമാക്കി ഉത്തരക്കടലാസിലേക്ക് പകർത്തുന്ന പരീക്ഷാരീതിയും ചേർന്ന് ക്ലാസ്മുറി വിദ്യാഭ്യാസത്തെ വിവരണാതീതമാംവണ്ണം വിരസവും നിഷ്പ്രയോജനവും ആക്കിയിരിക്കുന്നു.

ഇന്ന് ലഭിക്കുന്ന വിദ്യാഭ്യാസവും അതിന്റെ കേവലഫലമായ പരീക്ഷാ വിജയാപജയങ്ങളും ഒരു തൊഴിൽ നേടുന്നതിൽ സഹായിക്കുന്നില്ലെന്നതിനാൽ വിദ്യാഭ്യാസ പ്രക്രിയയാകെ ലക്ഷ്യരഹിതമായി ത്തീർന്നിരിക്കുന്നു.

ഇന്നത്തെ വിദ്യാഭ്യാസ സംവിധാനത്തിന്റെ അകത്തേക്ക് കടന്ന് പരിശോധിച്ചാൽ കാണാവുന്ന മുഖ്യഅപാകതകൾ ചുവടെ കൊടുക്കുന്നു:

1. സാമൂഹിക ചരിത്രവും വിജ്ഞാനവും തമ്മിലുള്ള ജൈവബന്ധം അത് കുട്ടികളെ പഠിപ്പിക്കുന്നില്ല.
2. ശാസ്ത്രീയവും ആരോഗ്യകരവുമായ ജീവിതവീക്ഷണം അത് കുട്ടികളിൽ വളർത്തുന്നില്ല.
3. കുട്ടികളുടെ നൈസർഗ്ഗിക വാസനകളെ അത് പോഷിപ്പിക്കുന്നില്ല.
4. ചുറ്റുപാടുകളോട് വിമർശനാത്മകമായി പ്രതികരിക്കാൻ അത് കുട്ടികളെ പ്രേരിപ്പിക്കുന്നില്ല.
5. സാമൂഹിക പുരോഗതിയുടെ ചാലകശക്തിയായ അദ്ധ്വാനത്തിൽ പങ്കാളികളാകാൻ കുട്ടികൾക്ക് അവസരം നല്കുന്നതിന് പകരം അത് കുട്ടികളിൽ അദ്ധ്വാനത്തോട് പുച്ഛം വളർത്തുന്നു.

ഇന്നത്തെ വിദ്യാഭ്യാസ രീതിയുടെ ഈ വൈകല്യങ്ങളുടെ പഴുതിലൂടെ ഭൂതകാലത്തിന്റെ മൃതഭാരങ്ങൾ കുട്ടികളിൽ കടന്നുവരുന്നു. കുട്ടി

കളെ വഴിതെറ്റിക്കുന്ന പ്രവണതകൾ അവർക്കിടയിൽ വേരുറപ്പിക്കുന്നു. ജാതി-മത-വംശ-വർണ്ണ പ്രാദേശിക ചിന്തകൾ, ദുഷിച്ച അഭിരുചികൾ, വിഭാഗീയ ഛിദ്രവാസനകൾ, അക്രമവാസന, പഴമയിലേക്ക് തിരിച്ചുപോകാനുള്ള പ്രവണത ഇവ വളരാൻ കാരണമാകുന്നു.

മറ്റ് ഏതു പ്രശ്നത്തെയുമെന്നപോലെ വിദ്യാഭ്യാസ രംഗത്തെ ഈ പ്രശ്നത്തെയും അതിന്റെ വർഗ്ഗപരമായ ഉള്ളടക്കത്തിന്റെ പശ്ചാത്തലത്തിൽ പരിശോധിക്കാതെ കാര്യങ്ങളിൽ ശരിയായ ഒരു നിലപാടെടുക്കാൻ നമുക്ക് കഴിയില്ല. സ്വാതന്ത്ര്യലബ്ധിക്ക് മുമ്പുള്ള വിദ്യാഭ്യാസ രംഗത്തെ ദേശീയ സമീപനത്തിന് പൊതുവായി സാമ്രാജ്യത്വ വിരുദ്ധവും ജനാധിപത്യപരവുമായ ഒരു അടിത്തറ ഉണ്ടായിരുന്നതായി നാം കണ്ടു. സ്വാതന്ത്ര്യാനന്തരം അധികാരത്തിൽ വന്ന വർഗ്ഗങ്ങൾ അവരുടെ വിദ്യാഭ്യാസ നയവും അവർ പൊതുവായി സ്വീകരിച്ച മുതലാളിത്ത വികസന നയത്തിന്റെ ഭാഗമാക്കി മാറ്റി. അതേസമയം ബൂർഷ്വാസി ഭൂപ്രഭുക്കളുമായി ഉണ്ടാക്കിയ സഖ്യത്തിന്റെ പ്രതിഫലനവും വിദ്യാഭ്യാസ നയത്തിൽ പ്രകടമായി കാണാം. അതുകൊണ്ടാണ് വിദ്യാഭ്യാസത്തിന്റെ ഘടനയിലും ഉള്ളടക്കത്തിലും ജാതി-മത-വർഗ്ഗീയ ശക്തികളുടെ വർദ്ധിച്ച സ്വാധീനം ദൃശ്യമാകുന്നത്. മുതലാളിത്ത വികസനം ആധുനികവല്ക്കരണത്തിലേക്ക് നീങ്ങുന്ന മുറയ്ക്ക് വിദ്യാഭ്യാസ രംഗത്തും അതിനനുസൃതമായ മാറ്റങ്ങൾ വന്നേ മതിയാകൂ. അതാണ് സ്വാതന്ത്ര്യാനന്തരം വിദ്യാഭ്യാസ നയത്തിൽ വന്നിട്ടുള്ള മാറ്റങ്ങൾക്ക് അടിസ്ഥാന കാരണം. ആധുനിക മുതലാളിത്ത സമൂഹത്തിന് അവശ്യം വേണ്ടുന്ന സാങ്കേതിക വൈജ്ഞാനിക വിദഗ്ദ്ധരെ സൃഷ്ടിക്കുന്ന രീതിയിൽ വിദ്യാഭ്യാസ നയത്തിൽ ഏറ്റവുമൊടുവിലായി വന്നിട്ടുള്ള മാറ്റങ്ങൾ ഭരണവർഗ്ഗങ്ങളുടെ ഇന്നത്തെ ആവശ്യത്തിന്റെ സൃഷ്ടിയാണ്.

ഈ കാഴ്ചപ്പാടോടെ വേണം വിദ്യാഭ്യാസരംഗത്തെ പ്രശ്നങ്ങളെ കാണാൻ. ഈ പ്രശ്നങ്ങൾ പരിഹരിക്കുന്നതിനുവേണ്ടിയുള്ള ഏതു ശ്രമത്തെയും മുതലാളിത്ത വികസന പാതയോടുള്ള ഏറ്റുമുട്ടലിന്റെ ഭാഗമായി കാണേണ്ടിയിരിക്കുന്നു.

ഇത്തരം ശ്രമങ്ങൾ ഇന്നത്തെ ഔപചാരിക വിദ്യാഭ്യാസത്തിന്റെ നാലുചുവരുകൾക്കകത്തും പുറത്തും ഒരേസമയം നടത്തേണ്ടതുണ്ട്. കുട്ടികളുടെ മാനസികവും ശാരീരികവുമായ കഴിവുകളും സർഗ്ഗവാസനകളും പരിപോഷിപ്പിക്കുക, അവരിൽ യുക്തിചിന്തയും ശാസ്ത്രീയവീക്ഷണവും ഉത്തേജിപ്പിക്കുക, മാനവസമൂഹത്തിന്റെ മുന്നേറ്റത്തിലുള്ള ഉറച്ച വിശ്വാസം അവരിൽ വളർത്തുക എന്നീ ലക്ഷ്യങ്ങൾവച്ച് ഔപചാരിക വിദ്യാഭ്യാസത്തിന് ബദലായ ഒരു വിദ്യാഭ്യാസപദ്ധതി ഒരേസമയം വിദ്യാലയങ്ങളുടെ ചുവരുകൾക്കകത്തും പുറത്തും വളർത്തിക്കൊണ്ടുവരുന്നത് ഈ ശ്രമങ്ങളുടെ ഭാഗമാണ്. അതിൽ, സ്കൂൾ ചുവരുകൾക്ക് പുറത്ത് ഈ ലക്ഷ്യംവച്ചുള്ള എളിയ ശ്രമത്തിലാണ് ബാലസംഘം ഇന്ന് ഏർപ്പെട്ടിട്ടുള്ളത്. ഇതിനായി ബാലസംഘം മുന്നോട്ടുവയ്ക്കുന്ന പരിപാടികൾ താഴെ പറയുന്നവയാണ്.

1. മനുഷ്യരാശി നാളിതുവരെ നേടിയ വിജ്ഞാനസമ്പത്ത് ശാസ്ത്രീയവീക്ഷണവും യുക്തിചിന്തയും വളർത്താനും അറിവിന്റെ മേഖല വികസിപ്പിക്കാനും ഉതകുന്ന പാകത്തിൽ കുട്ടികൾക്ക് പകർന്നുകൊടുക്കുക.
സംശയിക്കുക, ചോദ്യം ചെയ്യുക, പരീക്ഷിക്കുക, നിരീക്ഷിക്കുക, നിഗമനങ്ങളിൽ എത്തുക, പ്രയോഗത്തിൽ വരുത്തുക എന്ന യുക്തിസഹമായ പ്രക്രിയ ഇതിനായി അവലംബിക്കാൻ കുട്ടികളെ പരിശീലിപ്പിക്കുക.
2. സാർവ്വദേശീയ സാഹോദര്യം, കൂട്ടായ്മ, അദ്ധ്വാനത്തോട് ആദരവ്, അച്ചടക്കം, സത്യസന്ധത എന്നിവ താത്ത്വിക പഠനങ്ങളും ദൈനംദിന പ്രവർത്തനങ്ങളും മുഖേന കുട്ടികളിൽ വികസിപ്പിക്കുക.
3. ധീരത, ഊർജ്ജസ്വലത, സഹനശേഷി, ആത്മനിയന്ത്രണം തുടങ്ങിയവ വികസിപ്പിക്കാൻ ഉതകുന്ന കായിക വിദ്യാഭ്യാസം കുട്ടികൾക്ക് നല്കുക.
4. ഉല്പാദന പ്രക്രിയകൾ അടുത്തറിയുന്നതിനും അവയിൽ പങ്കാളികളാകുന്നതിനും കുട്ടികൾക്ക് അവസരം നല്കുക.
5. വ്യക്തിയുടെയും സമൂഹത്തിന്റെയും ആരോഗ്യ പരിപാലനം ലക്ഷ്യമാക്കിയുള്ള വിദ്യാഭ്യാസം കുട്ടികൾക്ക് നല്കുക. സമൂഹത്തിന്റെ പുരോഗതിക്ക് ചുറ്റുപാടിൽ മാറ്റം വരുത്തേണ്ടതുണ്ടെന്ന് കാണുന്നതോടൊപ്പം സമൂഹത്തിന്റെ പുരോഗതിക്ക് ഉതകത്തക്കവണ്ണം പ്രകൃതിയുടെ സന്തുലിതാവസ്ഥ നിലനിർത്തുന്നതിനുള്ള പ്രായോഗിക പ്രവർത്തനങ്ങളിൽ അവരെ പങ്കാളികളാക്കുക.
6. പ്രകൃതിയിലും സമൂഹത്തിലും സുന്ദരമായവയെ സ്നേഹിക്കുകയും അതോടൊപ്പം അസുന്ദരമായവയെ വെറുക്കുകയും ചെറുക്കുകയും ചെയ്യുന്നതിന് കുട്ടികളെ കഴിവുള്ളവരാക്കുക.

ഈ പരിപാടികൾ ഉൾക്കൊള്ളുന്ന ബദൽ വിദ്യാഭ്യാസത്തിനുള്ള വേദികളായാണ് ബാലസംഘം യൂണിറ്റ് യോഗങ്ങൾ മുതൽ ക്യാമ്പുകൾ വരെയുള്ളവയെ കാണുന്നത്. ഈ വേദികളിൽ അനുവർത്തിക്കുന്ന ശൈലിയുടെ ചില പ്രത്യേകതകൾ ചുവടെ കൊടുക്കുന്നു.

1. ക്ലാസ് മുറിയുടെ ഔപചാരികത്വം പരമാവധി ഉപേക്ഷിച്ച് മരച്ചുവടുകളിലും മൈതാനങ്ങളിലും പുഴക്കരകളിലും– പ്രകൃതിയോട് കൂടുതൽ അടുത്ത് പഠനകേന്ദ്രങ്ങൾ തേടുന്നു.
2. സാമൂഹിക പുരോഗതിയുടെ നാനാഘട്ടങ്ങൾ പഠിക്കുന്നതിനായാലും ശാസ്ത്രവൈജ്ഞാനിക രംഗത്തെ നേട്ടങ്ങൾ വിശദീകരിക്കുന്നതിനായാലും പാഠപുസ്തകത്തിലെ ബോധന രീതി ഉപേക്ഷിച്ച് പാട്ട്, കളി, അഭിനയം, കഥ ഇവ ഒറ്റയ്ക്കും ഇവയുടെ വിവിധ രീതിയിലുള്ള ചേരുവകളും ഉപയോഗിക്കുന്നു.
3. കുട്ടികളുടെ വ്യക്തിപരമായ കഴിവുകൾ പ്രകടിപ്പിക്കുന്നതിനും പരിപോഷിപ്പിക്കുന്നതിനും അവസരമൊരുക്കുന്നു.
4. വ്യക്തിപരമായ മികവിന്റെയും വിജയത്തിന്റെയും സ്ഥാനത്ത് കൂട്ടായ പ്രവർത്തനശക്തിക്ക് മുൻതൂക്കം കൊടുക്കുന്നു.

5. ശാരീരികവും മാനസികവുമായ അച്ചടക്കം വളർത്തുന്നതോടൊപ്പം വ്യക്തികളുടെ പരസ്പര സഹകരണ ബോധം വളർത്തുന്ന കളികൾക്ക് പ്രാധാന്യം നല്കുന്നു.

അനൗപചാരിക വിദ്യാഭ്യാസത്തിന്റെ ഈ രംഗത്ത് ബാലസംഘം ചെയ്യുന്നത് ഒറ്റപ്പെട്ട പ്രവർത്തനമല്ല. ആയിക്കൂടാതാനും. മറ്റു പ്രസ്ഥാനങ്ങളും രംഗത്തുണ്ട്. അവയുമായി കൊള്ളലിനും കൊടുക്കലിനും ബാലസംഘം എപ്പോഴും ശ്രമിക്കുന്നു.

കൂടാതെ ക്ലാസ്മുറികൾക്കകത്ത് നടക്കുന്ന ഔപചാരിക വിദ്യാഭ്യാസ രംഗത്തും പലതും ചെയ്യുന്നുണ്ട്. സാമൂഹിക മാറ്റത്തെപ്പറ്റി സമാനമായ കാഴ്ചപ്പാടോടെ ആ രംഗത്ത് പ്രവർത്തിക്കുന്നതിന് നേതൃത്വം കൊടുക്കുന്ന പല പ്രസ്ഥാനങ്ങളും നമ്മുടെ രാജ്യത്തുണ്ട്. അവയുമായി പല കാര്യങ്ങളിലും അനുഭവങ്ങൾ കൈമാറാനുണ്ട്.

സാമൂഹികമാറ്റം ത്വരിതപ്പെടുത്തുന്നതിന് മേല്പറഞ്ഞ തരത്തിലുള്ള അനുഭവങ്ങൾ പരസ്പരം കൈമാറുന്നത് അനിവാര്യമാണെന്ന് എടുത്തുപറയേണ്ടതില്ല.

ഈ കൈമാറ്റങ്ങൾ നടത്തുന്നതോടൊപ്പം മറ്റൊന്നുകൂടി ചെയ്യാനുണ്ട്. അത് ഈ പ്രവർത്തനങ്ങളിലാകെ ജനങ്ങളെ പങ്കാളികളാക്കലാണ്. തങ്ങളുടെ കുട്ടികൾക്ക് ഇന്ന് ലഭിക്കുന്ന വിദ്യാഭ്യാസത്തിന്റെ പോരായ്മകളിൽ രക്ഷാകർത്താക്കൾ ഖിന്നരാണ് എന്ന് ഏവരും സമ്മതിക്കും. ഈ ഖിന്നതയിൽനിന്ന് മുതലെടുക്കാനും കച്ചവടബുദ്ധിയോടെ മത്സരിച്ച് ആ പോരായ്മകൾക്ക് പരിഹാരങ്ങൾ നിർദ്ദേശിക്കാനും പല ശക്തികളും രംഗത്തുണ്ട്. അവർ നിർദ്ദേശിക്കുന്ന വഴികളിൽ രക്ഷാകർത്താക്കൾ പരക്കം പായുന്നുമുണ്ട്. ട്യൂഷൻ ഹോമുകളിൽനിന്ന് ട്യൂഷൻ ഹോമുകളിലേക്ക് പുലരാൻ കാലം മുതൽ സ്കൂൾ സമയം തുടങ്ങുന്നതുവരെയും സ്കൂൾ സമയം കഴിയുമ്പോൾ വീണ്ടും തുടങ്ങി രാവേറെ ചെല്ലുന്നതുവരെയും കുട്ടികളെ കൊണ്ടുനടക്കുകയും എൽ കെ ജി മുതൽ ഉറക്കമിളച്ച് കുട്ടികൾക്കുവേണ്ടി പഠിക്കുകയും കുട്ടികൾ പരീക്ഷ എഴുതുമ്പോൾ പരീക്ഷാ ഹാളുകൾക്ക് പുറത്ത് വിഹ്വലചിത്തരായി കാത്തിരിക്കുകയും ചെയ്യുന്ന രക്ഷാകർത്താക്കൾ ഈ വിദ്യാഭ്യാസക്കച്ചവടക്കാരുടെ പിടിയിലമർന്നിരിക്കുകയാണ്. യഥാർത്ഥ വിദ്യാഭ്യാസ പ്രശ്നങ്ങളിൽനിന്ന് അവർ ബഹുദൂരം വഴിമാറി സഞ്ചരിച്ചിരിക്കുന്നു.

അവരെ യഥാർത്ഥ പ്രശ്നങ്ങളിലേക്ക് തിരിച്ചുകൊണ്ടുവന്നാൽ മാത്രമേ സാമൂഹികമാറ്റങ്ങൾക്ക് ആക്കംകൂട്ടുന്ന ചാലക ശക്തിയായി വിദ്യാഭ്യാസത്തെ മാറ്റാൻ കഴിയൂ. യൂണിറ്റ് യോഗങ്ങൾ മുതൽ ക്യാമ്പുകൾ വരെ ഈ ലക്ഷ്യം വച്ച് രൂപപ്പെടുത്താൻ ബാലസംഘം എളിയ രീതിയിൽ ശ്രമിച്ചുവരുന്നു. വിദ്യാഭ്യാസ പ്രശ്നങ്ങൾ ജനങ്ങളിലേക്കെത്തിക്കാനും പരിഹാര ശ്രമങ്ങളിൽ ജനങ്ങളെ പങ്കാളികളാക്കുന്നതിനും വേണ്ടി ഇതുകൂടി ഫലപ്രദമായി ചെയ്യാൻ കഴിഞ്ഞാൽ മാത്രമേ വിദ്യാഭ്യാസ രംഗത്തെ പ്രവർത്തനങ്ങളെ ഭരണവർഗ്ഗങ്ങളുടെ മുതലാളിത്ത വികസനനയങ്ങളോടുള്ള ഏറ്റുമുട്ടലിന്റെ ഭാഗമാക്കാൻ കഴിയൂ.

ശിശുപരിചരണ രംഗത്ത് ഒരു ദേശീയ നയം രൂപപ്പെടുത്തുമ്പോൾ

ആറു വയസ്സിൽ താഴെയുള്ള കുട്ടികളുടെ പരിചരണവും വിദ്യാഭ്യാസവും (Early Childhood Care and Education- ECCE) സംബന്ധിച്ച് ഒരു ദേശീയ നയം ആവിഷ്കരിക്കാൻ ഉദ്ദേശിക്കുന്നതായി 2013 സെപ്തംബറിൽ കേന്ദ്ര വനിതാ ശിശുമന്ത്രാലയം പ്രസ്താവിക്കുകയുണ്ടായി. ഇതു സംബന്ധിച്ച നിർദ്ദേശങ്ങൾ ക്ഷണിക്കുകയും ചെയ്തിരുന്നു.

ദേശീയ ശിശുനയത്തിനു രൂപംനല്കുന്നതിലൂടെ കേന്ദ്രം ലക്ഷ്യമാക്കുന്നത് രാജ്യത്തെ ഗ്രാമങ്ങളിലും നഗരങ്ങളിലും പ്രവർത്തിക്കുന്ന ശിശുപരിചരണ കേന്ദ്രങ്ങളുടെ ഗുണമേന്മ മെച്ചപ്പെടുത്തലായിരിക്കുമെന്നാണ് കരുതേണ്ടത്.

ആറു വയസ്സിൽ താഴെയുള്ള കുട്ടികളെ ഉദ്ദേശിച്ച് സമഗ്രമായ ഒരു ദേശീയ ശിശുനയം രൂപവല്ക്കരിക്കുന്നത് തികച്ചും ഉചിതവും എന്നേ ചെയ്യേണ്ടിയിരുന്നതുമാണ്., വൈകിയാണ് എങ്കിലും അതിനു കേന്ദ്രം മുതിരുന്നത് സ്വാഗതം ചെയ്യേണ്ടിയിരിക്കുന്നു.

മുറുക്കാൻ കടകൾ തുടങ്ങുന്നതിനുപോലും ഇന്ന് അതതു പ്രദേശത്തെ തദ്ദേശ സ്വയംഭരണ സ്ഥാപനങ്ങളിൽ നിന്ന് ലൈസൻസ് എടുക്കേണ്ടതും അതിനാധാരമായി ചില വ്യവസ്ഥകൾ പാലിക്കേണ്ടതുമുണ്ട്. എന്നാൽ അംഗൻവാടികൾ ഒഴിച്ചുള്ള മറ്റു ശിശുപരിചരണ പരിപാലനകേന്ദ്രങ്ങൾ തുടങ്ങാൻ ഇന്ന് ആരുടെയും അനുവാദം തേടേണ്ടതില്ല. ഡെ-കെയർ സെന്ററുകളെന്നും പ്ലേ സ്കൂളുകളെന്നും ക്രെഷുകളെന്നും കിൻഡർ ഗാർട്ടനുകളെന്നും ഉള്ളപേരിൽ ഇന്ന് രാജ്യത്ത് പലതരം ശിശുപരിചരണ പരിപാലന കേന്ദ്രങ്ങൾ പ്രവർത്തിക്കുന്നുണ്ട്. അവയിൽ പലതും കേന്ദ്ര-സംസ്ഥാന സർക്കാരുകളിൽ നിന്ന്

ഗ്രാന്റുകൾ വാങ്ങുന്നവയാണ്. എന്നാൽ അത്തരം സ്ഥാപനങ്ങളെ സംബന്ധിച്ചുപോലും അവയിലെ ആഭ്യന്തര സൗകര്യങ്ങളെപ്പറ്റിയോ കരിക്കുലം – സിലബസുകളെപ്പറ്റിയോ പരിശീലകർക്കുണ്ടായിരിക്കേണ്ട യോഗ്യതകളെപ്പറ്റിയോ യാതൊരു നിബന്ധനകളും നിലവിലില്ല. ചുരുക്കത്തിൽ തോന്നിയപോലെ നടത്താവുന്ന സ്ഥാപനങ്ങളാണ് അവ.

എല്ലാ ഗ്രാമങ്ങളിലും അംഗൻവാടികൾ ഉണ്ടായിരിക്കണമെന്നും അവയിലെ ആയമാർക്ക്/ശിശുപരിപാലന പ്രവർത്തകർക്ക് മിനിമം വേതനം നല്കണമെന്നും സുപ്രീംകോടതി ആവശ്യപ്പെട്ടിട്ടും ആ നിർദ്ദേശങ്ങൾ നടപ്പാക്കാൻ കേന്ദ്രമോ. സംസ്ഥാനങ്ങളോ തയ്യാറായിട്ടില്ല. അത്തരം സ്ഥാപനങ്ങളിലെ ആഭ്യന്തരസൗകര്യങ്ങളെക്കുറിച്ചോ അവ മുഖേന നല്കേണ്ട ശിശുപരിചരണങ്ങളെക്കുറിച്ചോ അവയിലെ ആയമാർക്ക്/ശിശുപരിചരണ പ്രവർത്തകർക്ക് അവർ പ്രവർത്തിക്കുന്ന രംഗത്ത് നല്കേണ്ട പരിശീലനത്തെപ്പറ്റിയോ സുപ്രീംകോടതി പോലും ഒന്നും പറയുകയുണ്ടായില്ല.

ഈ പശ്ചാത്തലത്തിൽ ശിശുപരിപാലനത്തെയും ശിശുവിദ്യാഭ്യാസത്തെയും (ECCE) പറ്റി ഒരു ദേശീയ നയം രൂപീകരിക്കാനുള്ള കേന്ദ്ര തീരുമാനത്തെ സ്വാഗതം ചെയ്യുമ്പോൾ തന്നെ. അതുമായി ബന്ധപ്പെട്ട ചില മൗലിക കടമകൾ നിറവേറ്റാൻ സർക്കാൻ തയ്യാറാകേണ്ടതുണ്ടെന്ന് ചൂണ്ടിക്കാട്ടിയേ മതിയാവൂ.

ഭരണഘടന ഭേദഗതി ചെയ്യണം

86–ാം ഭരണഘടനാ ഭേദഗതിയനുസരിച്ച് നമ്മുടെ ഭരണഘടനയിലെ 21–ാം അനുച്ഛേദത്തിൽ 21–A എന്ന ഒരു അനുബന്ധം കൂടി എഴുതിച്ചേർക്കപ്പെട്ടു. ആറു വയസ്സു മുതൽ 14 വയസ്സുവരെയുള്ള കുട്ടികളുടെ വിദ്യാഭ്യാസം ഒരു മൗലികാവകാശമാക്കുന്നതാണ് ഈ ഭേദഗതി. ഇങ്ങനെ ചെയ്തപ്പോൾ 0 മുതൽ 6 വയസ്സുവരെയുള്ള കുട്ടികൾക്ക് ആ അവകാശം നിഷേധിക്കപ്പെടുകയാണുണ്ടായത്. യഥാർത്ഥത്തിൽ 0 മുതൽ 18 വയസ്സുവരെയുള്ള മനുഷ്യജീവികളെല്ലാം യു എൻ ഒയുടെ നിർവ്വചനമനുസരിച്ച് കുട്ടികളാണ്. 14 – 18 വയസ്സുവരെയുള്ള കുട്ടികളെയും ഭരണഘടനാ ഭേദഗതി വിട്ടുകളഞ്ഞിരിക്കുവെന്നർത്ഥം. അവരുടെ കാര്യം ഇപ്പോഴും നിയമങ്ങളിലൂടെ നടപ്പാക്കാൻ ഭരണകൂടത്തിനു ബാദ്ധ്യതയില്ലാത്ത നിർദ്ദേശകതത്ത്വങ്ങളിൽ (Directive Principles) ഒന്നായി തുടരുന്നു. ഇന്ത്യ ഒപ്പുവച്ചിട്ടുള്ള 1989 ലെ ഐക്യരാഷ്ട്ര ബാലാവകാശ പ്രമാണത്തിന്റെ (United Nations Child Rights Convention) തന്നെ ലംഘനമാണിതെന്ന് പലപ്പോഴും ചൂണ്ടിക്കാണിക്കപ്പെട്ടിട്ടുള്ളതാണ്, ഈ തെറ്റുതിരുത്തി പിറന്നുവീഴുമ്പോൾ മുതൽ 18 വയസ്സുവരെയുള്ള എല്ലാ കുട്ടികളുടെയും സംരക്ഷണവും വിദ്യാഭ്യാസവും ഭരണകൂടത്തിന്റെ ബാദ്ധ്യതയാക്കുന്ന ഭേദഗതി ഭരണഘടനയ്ക്കു കൊണ്ടുവരാൻ കേന്ദ്രം തയ്യാറാകേണ്ടിയിരിക്കുന്നു. അങ്ങനെ ചെയ്താൽ മാത്രമേ ശിശുപരിപാലനം സംബന്ധിച്ച

ഏതു നയവും ഈ രാജ്യത്ത് പ്രായോഗികമായി നടപ്പാവുമെന്ന് ഉറപ്പു വരുത്താൻ കഴിയു.

ശിശുസംരക്ഷണവും വിദ്യാഭ്യാസ നിയമവും

ആറുമുതൽ 14 വയസ്സുവരെയുള്ള കുട്ടികളുടെ വിദ്യാഭ്യാസം മൗലികാവകാശമാക്കിയതിനെ പിന്തുടർന്നാണ് 2009 ൽ വിദ്യാഭ്യാസാവകാശ നിയമം കേന്ദ്രം കൊണ്ടുവന്നത്. അതിലെ വ്യവസ്ഥകൾ നടപ്പാക്കാൻ കേന്ദ്രത്തിൽനിന്നു ലഭ്യമാകുന്ന ഗ്രാന്റുകൾ മുൻനിർത്തിയെങ്കിലും സംസ്ഥാനങ്ങൾ നിർബ്ബന്ധിതമായിരിക്കുകയാണ്. എന്നാൽ ഈ നിയമത്തിലും ആറു വയസ്സുവരെയുള്ള കുട്ടികൾ ഒഴിവാക്കപ്പെട്ടിരിക്കുകയാണ്. അതുപോലെതന്നെ. 14 വയസ്സുമുതൽ 18 വയസ്സുവരെയുള്ള കുട്ടികളും.

വിദ്യാഭ്യാസാവകാശ നിയമത്തിൽ ആറു വയസ്സുവരെയുള്ള കുട്ടികളെക്കൂടി ഉൾപ്പെടുത്തിയാൽ മാത്രമേ രാജ്യത്തെ പിഞ്ചുകുഞ്ഞുങ്ങളുടെ സംരക്ഷണവും വിദ്യാഭ്യാസവും ഉറപ്പാക്കാൻ അതു സംബന്ധിച്ച് രൂപംകൊടുക്കുന്ന ഏതു ദേശീയ നയത്തിനും കഴിയു. ഇങ്ങനെ ചെയ്യുമ്പോൾ നിലവിലുള്ള വിദ്യാഭ്യാസാവകാശ നിയമത്തിലെ വ്യവസ്ഥകളിൽനിന്നും വ്യത്യസ്തമായി ആറു വയസ്സുവരെയുള്ള കുട്ടികളുടെ പരിപാലന ബാദ്ധ്യത രക്ഷിതാക്കളുടെ ചുമലിൽ കെട്ടിവച്ച് ആ ബാദ്ധ്യതയിൽനിന്നും ഭരണകൂടം ഒഴിവാക്കപ്പെടുന്നില്ലെന്ന് ഉറപ്പുവരുത്തേണ്ടതായുണ്ടെന്ന വസ്തുതയും ഇവിടെ അടിവരയിട്ട് ചൂണ്ടിക്കാണിക്കേണ്ടിയിരിക്കുന്നു.

ശിശുപരിപാലനത്തിന് കരിക്കുലം - സിലബസ്

പ്രൈമറി വിദ്യാഭ്യാസം സംബന്ധിച്ച് ഇന്ന് ദേശീയതലത്തിൽ ശാസ്ത്രീയമായി ഒരു കരിക്കുലം ഉണ്ട് (National Curriculam Frame Work - NCF). പ്രൈമറി വിദ്യാഭ്യാസം സംബന്ധിച്ച് ഇന്നുള്ള ഏറ്റവും നൂതനവും ശാസ്ത്രീയവുമായ ധാരണകൾവച്ചാണ് അത് തയ്യാറാക്കപ്പെട്ടിട്ടുള്ളത്. അതടിസ്ഥാനമാക്കി കേരളം പോലുള്ള സംസ്ഥാനങ്ങൾ ആവശ്യം വേണ്ട മാറ്റങ്ങളോടെ പ്രാദേശികതലത്തിലുള്ള കരിക്കുലം ഫ്രെയിം വർക്കുകൾക്കും രൂപംനല്കുകയുണ്ടായി. Kerala Curriculam Frame Work (KCF) അടിസ്ഥാനമാക്കിയാണ് കേരളത്തിന്റെ പൊതുവിദ്യാഭ്യാസ പാഠ്യപദ്ധതി ലോകത്തിനുതന്നെ മാതൃകയായി രൂപീകരിക്കപ്പെട്ടത്.

പ്രൈമറി വിദ്യാഭ്യാസത്തിനുവേണ്ടി തയ്യാറാക്കപ്പെട്ട ദേശീയ കരിക്കുലം ഫ്രെയിം വർക്കിന്റെ മാതൃകയിൽ പ്രീ-പ്രൈമറി തലത്തിൽ ആറു വയസ്സുവരെയുള്ള കുട്ടികളുടെ സംരക്ഷണത്തിനും വ്യക്തിത്വവികാസത്തിനും പ്രായാനുരൂപമായ വിദ്യാഭ്യാസം അവർക്കു നല്കുന്നതിനും ഉദ്ദേശിച്ചുള്ള ഒരു കരിക്കുലം ഫ്രെയിംവർക്കിന് രൂപംനല്കുവാൻ കഴി

യണം. ശിശുമനഃശാസ്ത്രത്തിന്റെ ആധുനികധാരണകളിൽ പ്രാവീണ്യമുള്ളവർ ഉൾപ്പെടുന്ന ഒരു കമ്മിറ്റിയുടെ/കമ്മീഷന്റെ ശുപാർശകൾ അടിസ്ഥാനമാക്കി വേണം ഇത്തരം ഒരു കരിക്കുലം ഫ്രെയിം വർക്ക് ആറു വയസ്സിനു താഴെയുള്ള കുട്ടികൾക്കുവേണ്ടി തയ്യാറാക്കുന്നത്.

ശിശുപരിചരണത്തിനും വ്യക്തിത്വവികസനം ലക്ഷ്യമാക്കിയുള്ള പ്രായാനുകൂലമായ വിദ്യാഭ്യാസത്തിനും മേൽ വിവരിച്ച രീതിയിൽ തയ്യാറാക്കപ്പെടുന്ന കരിക്കുലം അടിസ്ഥാനമാക്കി രൂപപ്പെടുത്തുന്ന സിലബസ്സും പ്രവർത്തന മോഡ്യൂളുകളും നിശ്ചയമായും ശിശുസൗഹൃദപരം മാത്രമല്ല, പിന്നെയോ ശിശുകേന്ദ്രിതവും നൂതന ശിശുശാസ്ത്ര സങ്കല്പങ്ങൾക്കു നിരക്കുന്നതുമായിരിക്കണമെന്ന് പ്രത്യേകം പറയേണ്ടതില്ല.

അമ്മയുടെ ഗർഭപാത്രത്തിൽ ഭ്രൂണാവസ്ഥയിൽ രൂപംകൊള്ളുന്നതു മുതല്ക്ക് ആരംഭിക്കുന്നതാണ് ഒരു ശിശുവിന്റെ വ്യക്തിത്വവികാസം. ശാരീരികവും മാനസികവും ബുദ്ധിപരവുമായ മൂന്നു തലങ്ങളിലാണ് ഈ വികാസം നടക്കുന്നത്. ശിശുവിന്റെ വിവിധ തലങ്ങളിലുള്ള വികാസത്തിന് അനുരൂപവും അതിനെ സഹായിക്കുന്നതുമായിരിക്കണം ശൈശവപരിപാലന വിദ്യാഭ്യാസ സംബന്ധമായി രൂപപ്പെടുത്തുന്ന കരിക്കുലവും സിലബസും അതനുസരിച്ച് തയ്യാറാക്കുന്ന പ്രവർത്തന മോഡ്യൂളുകളും. ശൈശവ വളർച്ചയുടെ വിവിധഘട്ടങ്ങളിലൂടെ കടന്നുപോകുന്ന കുട്ടിക്ക് തുടർന്നുള്ള വളർച്ചയ്ക്ക് ഉപകരിക്കാവുന്നതാവണം അവയിലൂടെ ശിശു ആർജ്ജിക്കുന്ന അനുഭവങ്ങൾ. മറ്റൊരു രീതിയിൽ പറഞ്ഞാൽ, മാനവികതയോടും മാനവിക മൂല്യങ്ങളോടും പ്രതിബദ്ധതയുള്ള ഒരു മനുഷ്യജീവിയായി വളരുന്നതിനു പ്രയോജനപ്പെടുന്നതാവണം ശൈശവഘട്ടത്തിൽ ലഭിക്കുന്ന പരിചരണ വിദ്യാഭ്യാസങ്ങൾ. അതേസമയം. പ്രൈമറി സ്കൂളിലെ ഒന്നാം ക്ലാസിലേക്കുള്ള ചവിട്ടുപടിയായി രൂപപ്പെടുത്തപ്പെട്ടത് ആയിരിക്കുകയുമരുത് അത്.

പരിശീലനം അനിവാര്യം

ഇത്തരത്തിലുള്ള അനുഭവങ്ങൾ ആർജ്ജിക്കുന്നതിന് ശിശുവിനെ പര്യാപ്തമാക്കുന്നതിനുതകുന്ന പരിശീലനം ഇന്ന് അംഗൻവാടി പ്രവർത്തകർക്കും ക്രെഷുകളിലെയും പ്ലേ സ്കൂളുകളിലേയും കിൻഡർ ഗാർട്ടനുകളിലെയും പ്രീ–പ്രൈമറി സ്കൂളുകളിലെയും പ്രൈമറി സ്കൂളുകളിൽ പ്രവർത്തിക്കുന്ന പ്രീ–പ്രൈമറി ക്ലാസുകളിലെയും അദ്ധ്യാപികമാർക്കും ലഭിക്കുന്നുണ്ടോ എന്ന് പരിശോധിക്കുന്നത് അഭികാമ്യമായിരിക്കും. നിഷ്കൃഷ്ടമായൊരു പരിശോധന നമ്മെ എത്തിക്കുക അംഗൻവാടി പ്രവർത്തകർ ഉൾപ്പെടെയുള്ളവരുടെ പരിശീലന പരിപാടി സമഗ്രമായ അഴിച്ചുപണിക്ക് വിധേയമാക്കണമെന്ന തിരിച്ചറിവിലേക്കാണ്.

ഈ രംഗത്തെ പ്രവർത്തകരിൽ ഭൂരിഭാഗവും ഒരു പരിശീലനവും ലഭിച്ചിട്ടില്ലാത്തവരാണ് എന്നതാണ് യാഥാർത്ഥ്യം. സ്ത്രീകളെന്നും

അമ്മമാരെന്നുമുള്ള നിലയിലെ സഹജാവബോധവും ജൈവ ചോദനകളും മാത്രമാണ് മിക്ക പേരെയും നയിക്കുന്നത്. അംഗൻവാടി പ്രവർത്തകർക്കും മറ്റും ലഭിക്കുന്ന പരിശീലന പരിപാടി പരിശോധിച്ചാൽ അത് ശാസ്ത്രീയമായി കെട്ടിപ്പടുക്കപ്പെട്ടിട്ടുള്ളതോ കാലാനുരൂപമായുള്ള മാറ്റങ്ങൾക്കും ചിട്ടപ്പെടുത്തലുകൾക്കും വിധേയമാക്കപ്പെട്ടിട്ടുള്ളതോ അല്ലെന്നും ബോദ്ധ്യപ്പെടും. ഈ രംഗത്തു പ്രവർത്തിക്കുന്നവർക്കെല്ലാം തന്നെ പുതുതായ പരിശീലനമോ ആവശ്യമായ പുനഃപരിശീലനമോ നല്കേണ്ടതുണ്ടെന്ന തിരിച്ചറിവിലേക്കാണ് ഇത് നമ്മെ നയിക്കുക. നിലവിലുള്ള പരിശീലന പരിപാടികളിൽ ആവശ്യമായ മാറ്റങ്ങൾ വരുത്തിയും ഇടവിട്ട് അവർക്കു പുനഃപരിശീലനം നല്കിയും മാത്രമേ ഈ രംഗത്തെ പ്രവർത്തനം ശിശുസൗഹൃദപരവും ശിശുകേന്ദ്രിതവും വികസനോന്മുഖവും ആക്കാൻ കഴിയു. നവീകരിക്കപ്പെട്ട പരീശീലന പരിപാടികളിൽക്കൂടി കടന്നുപോയവർക്കുമാത്രമേ പുതുതായി ഈ രംഗത്ത് നിയമനം നല്കാവു എന്ന് പുതിയ നയരേഖയിൽ നിഷ്കർഷിക്കേണ്ടതായുമുണ്ട്.

ആഭ്യന്തര സൗകര്യങ്ങളിൽ വേണ്ട നിഷ്കർഷ

ശിശുപരിപാലന കേന്ദ്രങ്ങളിൽ ഉണ്ടാവേണ്ട ആഭ്യന്തര സൗകര്യങ്ങൾ സംബന്ധിച്ച് ഇന്നു യാതൊരു നിഷ്കർഷയും നിലവിലില്ല. രാജ്യത്തെ ഒട്ടുമിക്ക അംഗൻവാടികളും ഡെ–കെയർ സെന്ററുകളും പ്രവർത്തിക്കുന്നത് ഇടുങ്ങിയതും ഇരുളടഞ്ഞതുമായ ചെറു മുറികളിലോ ഷെഡ്ഡുകളിലോ ആണ്. അത്തരം സ്ഥലങ്ങളിൽ ശിശു സൗഹൃദപരമായ അന്തരീക്ഷം സൃഷ്ടിക്കാനാവുമെന്നു കരുതുന്നതുതന്നെ മൗഢ്യമാണ്. നന്നായി നടക്കുന്നതെന്നും ആധുനികരീതിയിൽ സംവിധാനം ചെയ്യപ്പെട്ടതെന്നും "ഇന്റർ നാഷണൽ" നിലവാരത്തിലുള്ളതെന്നും അവകാശപ്പെടുന്ന കിൻഡർ ഗാർട്ടനുകൾ പോലും പലപ്പോഴും ശിശുസൗഹൃദപരമെന്നതിനെക്കാൾ ശിശുവിരുദ്ധമായ അന്തരീക്ഷമാണ് പുലർത്തുന്നതെന്ന ആക്ഷേപവും തള്ളിക്കളയാനാവില്ല. ആവശ്യത്തിനു വലിപ്പമുള്ള ലിവിംഗ്റൂം, കുട്ടികൾക്കനുയോജ്യമായ കസേരകളും മേശകളും. കുട്ടികൾക്കിണങ്ങുന്ന ടോയ്‌ലറ്റുകൾ. കുട്ടികൾക്കു പറ്റിയ കട്ടിലുകളും കിടക്കകളുമുള്ളതും അവർക്ക് അല്ലലില്ലാതെ കിടന്നുറങ്ങാൻ കഴിയുന്നതുമായ കാറ്റോട്ടമുള്ള കിടപ്പുമുറി. ആവശ്യത്തിനു വലിപ്പമുള്ള കളിസ്ഥലം. പ്രായാനുരൂപമായ കളിപ്പാട്ടങ്ങൾ. രോഗം ബാധിക്കുന്ന കുട്ടികൾക്കു വേണ്ട പ്രാഥമിക ശുശ്രൂഷാസൗകര്യമുള്ളതും രോഗാവസ്ഥയിലും അവർക്കു സന്തോഷത്തോടെ കഴിയാൻ പറ്റുന്നതുമായ സിക്ക്റും, ഡോക്ടർമാരുടെ സേവനം എന്നീ സാകര്യങ്ങൾ ഓരോ ശിശുപരിപാലന കേന്ദ്രങ്ങളിലും ഉണ്ടാവേണ്ടിയിരിക്കുന്നു. ശിശുസംരക്ഷണ പ്രവർത്തകർ തക്ക പരിശീലനം ലഭിച്ചവർ മാത്രമല്ല, ശിശുസൗഹൃദപരമായി പെരുമാറുന്നവരാണെന്നുകൂടി ഉറപ്പുവരുത്തേണ്ടതായുണ്ട്.

ശിശുപരിപാലന കേന്ദ്രങ്ങളുടെ രജിസ്ട്രേഷനും മോണിറ്ററിങ്ങും

എല്ലാ ശിശുപരിപാലന സ്ഥാപനങ്ങളും അവ സ്ഥിതിചെയ്യുന്ന പ്രദേശത്തെ തദ്ദേശ സ്വയംഭരണ സ്ഥാപനത്തിൽ രജിസ്റ്റർ ചെയ്യാൻ പുതിയ നയരേഖ നിഷ്കർഷിക്കേണ്ടതായുണ്ട്. അങ്ങനെ രജിസ്റ്റർ ചെയ്യുന്നതിനു മുന്നുപാധിയായി സ്ഥാപനത്തിൽ നിശ്ചിതമായ മിനിമം ആഭ്യന്തര സൗകര്യങ്ങൾ ഉണ്ടെന്നും അവിടെ ശിശുപരിപാലന ചുമതലയുള്ളവർ തക്കതായ പരിശീലനം നേടിയവരാണെന്നും ഉറപ്പുവരുത്തേണ്ടതായുണ്ട്. രജിസ്റ്റർ ചെയ്ത സ്ഥാപനങ്ങൾക്കുമാത്രമേ സർക്കാരിന്റെ സാമ്പത്തികാനുകൂല്യങ്ങൾക്ക് അർഹതയുണ്ടായിരിക്കൂ എന്ന് നിഷ്കർഷിക്കുന്നതോടൊപ്പം രജിസ്ട്രേഷനില്ലാത്ത സ്ഥാപനങ്ങൾ അടച്ചുപൂട്ടുന്നതിനും വ്യവസ്ഥ വേണം. അതിനുള്ള അധികാരം തദ്ദേശ സ്ഥാപനങ്ങൾക്കുതന്നെ നല്കാവുന്നതാണ്.

ശിശുപരിപാലനകേന്ദ്രം സ്ഥിതിചെയ്യുന്ന പ്രദേശത്തെ തദ്ദേശസ്വയംഭരണസ്ഥാപനത്തിന്റെ ആഭിമുഖ്യത്തിൽ പ്രസ്തുത കേന്ദ്രത്തിലെ കുഞ്ഞുങ്ങളുടെ മാതാപിതാക്കൾ, ശിശുപരിപാലന പ്രവർത്തകർ എന്നിവരുടെ പ്രതിനിധികളും അതതു പ്രദേശത്തെ ജനപ്രതിനിധിയും ഉൾപ്പെടുന്ന മോണിറ്ററിങ് കമ്മിറ്റികൾ രൂപീകരിച്ച് പ്രവർത്തിക്കണം. സ്ഥാപനത്തിന്റെ പ്രവർത്തനം പരിശോധിച്ച് അവശ്യം വരുത്തേണ്ട മാറ്റങ്ങൾ നിർദ്ദേശിക്കാനും പ്രവർത്തനം സംബന്ധിച്ച് കുട്ടികളിൽനിന്നും രക്ഷിതാക്കളിൽനിന്നും ഉണ്ടാകുന്ന പരാതികൾ പരിശോധിച്ച് പരിഹാരമുണ്ടാക്കാനും ഈ കമ്മിറ്റികളെ ചുമതലപ്പെടുത്തേണ്ടതായുമുണ്ട്.

കൂടാതെ പോഷകമൂല്യമുള്ള പൂരകഭക്ഷണം എല്ലാ കുട്ടികൾക്കും ലഭ്യമാക്കാനും പ്രധാന ഭക്ഷണം കുട്ടികൾക്കു നല്കാൻ ശേഷിയില്ലാത്ത ദരിദ്രരായ രക്ഷിതാക്കളുടെ കുട്ടികൾക്ക് അതുംകൂടി നല്കാനും ശിശുപരിപാലന സ്ഥാപനങ്ങളിൽ സംവിധാനം ഉണ്ടാകേണ്ടിയിരിക്കുന്നു. അംഗൻവാടികളിലെ പൂരകഭക്ഷണം അതത് അംഗൻവാടികളിൽ പാകം ചെയ്തുണ്ടാക്കുകയാണിന്ന്. അതിനുപകരം അത് പാക്കറ്റുകളിലാക്കി നല്കാനും ആ ചുമതല കുത്തക സ്ഥാപനങ്ങളെ ഏല്പിക്കാനുമാണ് ഇപ്പോൾ കേന്ദ്രനീക്കം. അപായകരമായ ഈ നീക്കത്തിനെതിരെ വ്യാപകമായ എതിർപ്പ് ഉയർന്നു കഴിഞ്ഞു.

ശിശുപരിപാലനകേന്ദ്രങ്ങളിലെ എല്ലാ കുട്ടികൾക്കും സൗജന്യമായ വൈദ്യസഹായം ലഭ്യമാക്കുന്നതിനും പ്രാദേശിക ആതുരാലയങ്ങൾ തൊട്ട് സൂപ്പർ സ്പെഷ്യാലിറ്റി ഹോസ്പിറ്റലുകൾവരെയുള്ള ആസ്പത്രികളിൽ സൗജന്യമായ ചികിത്സ ഉറപ്പുവരുത്താനും നയരേഖ നിർദ്ദേശിക്കേണ്ടതായുണ്ട്.

രജിസ്റ്റർ ചെയ്ത എല്ലാ ശിശുപരിപാലന സ്ഥാപനങ്ങൾക്കും ആഭ്യന്തര സൗകര്യങ്ങൾ ഏർപ്പെടുത്തുന്നതിനും ശിശുപരിപാലകർക്ക് അലവൻസ് – ശമ്പളം നല്കുന്നതിനും വേണ്ട ഗ്രാന്റ് കേന്ദ്ര–സംസ്ഥാന സർക്കാരുകൾ നല്കുന്നതിനും നയരേഖയിൽ വ്യവസ്ഥവേണം.

സ്ഥാപനങ്ങളുടെ മെയിന്റനൻസിനും ഫർണിച്ചർ, കളിപ്പാട്ടങ്ങൾ തുടങ്ങിയവ മാറ്റിവാങ്ങുന്നതിനും അഞ്ചുകൊല്ലത്തിലൊരിക്കൽ പ്രത്യേക ഗ്രാന്റ് നൽകുന്നതിനും നയരേഖയിൽ വ്യവസ്ഥ ഉണ്ടാവണം.

ശിശുപരിപാലകരുടെ ശമ്പളം/അലവൻസ്

നാമമാത്രമായ വേതനമാണ് ഇന്ന് ശിശുപരിപാലന സ്ഥാപനങ്ങളിലെ പ്രവർത്തകരിൽ ഭൂരിഭാഗത്തിനും ലഭിക്കുന്നത്. അംഗൻവാടി പ്രവർത്തകരുടെ വേതന നിരക്കാണ് താരതമ്യേന മെച്ചം. എന്നാൽ അതും പ്രാഥമിക ജീവിത ആവശ്യങ്ങളുമായി തട്ടിച്ചുനോക്കുമ്പോൾ അപര്യാപ്തമാണ്. മാന്യമായി ജീവിക്കാൻ കഴിയുന്ന വേതനം ശിശുപരിപാലന പ്രവർത്തകർക്കു കൊടുക്കാൻ രേഖയിൽ വ്യവസ്ഥ ഉണ്ടാവേണ്ടിയിരിക്കുന്നു. ഇതു സംബന്ധിച്ച സുപ്രീം കോടതി ഉത്തരവുകൾ നടപ്പിലാക്കാൻ കേന്ദ്ര സംസ്ഥാന ഗവൺമെന്റുകൾക്ക് ബാദ്ധ്യത ഉണ്ടെന്നും രേഖയിൽ വ്യക്തമാക്കേണ്ടതുണ്ട്. അവർക്ക് ജോലിസ്ഥിരതയും ഗ്രാറ്റുവിറ്റി, പ്രോവിഡന്റ് ഫണ്ട് തുടങ്ങിയ ആനുകൂല്യങ്ങളുംകൂടി ലഭ്യമാക്കുകയും ചെയ്യേണ്ടിയിരിക്കുന്നു.

ശിശുക്ഷേമസമിതികൾ

ശിശുക്ഷേമരംഗത്ത് സർക്കാർ പിന്തുണയോടെ ദേശീയാടിസ്ഥാനത്തിൽ പ്രവർത്തിക്കുന്ന സന്നദ്ധ സംഘടനയാണ് ഇന്ത്യൻ കൗൺസിൽ ഫോർ ചൈൽഡ് വെൽഫെയർ. ശിശുക്ഷേമവും ശിശുവികാസവും മുൻനിർത്തി ദേശീയ തലത്തിൽ നടക്കുന്ന നാനാപ്രവർത്തനങ്ങളെ സഹായിക്കുകയും ഏകോപിപ്പിക്കുകയും ചെയ്യുന്ന ഈ സംഘടന രൂപം കൊണ്ടത് 1952 ലാണ്. കേരളമുൾപ്പെടെ ഇന്ത്യയിലെ വിവിധ സംസ്ഥാനങ്ങളിലും കേന്ദ്രഭരണപ്രദേശങ്ങളിലും പ്രവർത്തിക്കുന്ന സംസ്ഥാന ശിശുക്ഷേമ സമിതികൾ ഈ സംഘടനയോട് അഫിലിയേറ്റ് ചെയ്തിരിക്കുന്നു.

ആറു വയസ്സുവരെയുള്ള കുട്ടികളുടെ പരിപാലനത്തിനായുള്ള ക്രെഷുകൾ, തെരുവു കുട്ടികളുടെ പുനരധിവാസം, തൊഴിലെടുക്കുന്ന കുട്ടികളുടെ വിദ്യാഭ്യാസം, ബാലവേല തടയൽ, ആപത്തിൽപ്പെട്ട കുട്ടികളെ സംരക്ഷിക്കുന്നതിനുവേണ്ടിയുള്ള ചൈൽഡ് ലൈനുകൾ, ദത്തെടുക്കൽ ഉൾപ്പെടെയുള്ള നടപടികളിലൂടെ അനാഥ ശിശുക്കളുടെ പുനരധിവാസം, പെൺകുട്ടികൾക്കും ശാരീരികവും മാനസികവുമായി ഭിന്നശേഷിയുള്ള കുട്ടികൾക്കും വേണ്ടിയുള്ള പ്രത്യേക പരിപാടികൾ, ക്രെഷുകളിലെയും അംഗൻവാടികളിലെയും ശിശുപരിപാലകർക്കുവേണ്ടിയുള്ള പരിശീലന പരിപാടികൾ, കുട്ടികൾക്ക് ധീരതയ്ക്കുള്ള അവാർഡുകൾ നല്കൽ, ദേശീയ പെയിന്റിങ് മത്സരം, ദേശീയ സഹവാസക്യാമ്പുകൾ തുടങ്ങി ശിശുക്ഷേമവുമായി ബന്ധപ്പെട്ട നാനാ പ്രവർത്തനങ്ങളിൽ ശിശുക്ഷേമ സമിതികൾ ഏർപ്പെടുന്നു. ദേശീയതലത്തിലും

സംസ്ഥാനതലങ്ങളിലുമുള്ള ശിശുക്ഷേമ സമിതികളുടെ ശാക്തീകരണവും ജനാധിപത്യവല്ക്കരണവും കുട്ടികൾക്കുവേണ്ടിയുള്ള ദേശീയനയത്തിൽ പ്രത്യേക പ്രാധാന്യം നല്കേണ്ട വിഷയങ്ങളാണ്.

ബാലനീതി നിർവ്വഹണ സ്ഥാപനങ്ങൾ

2000–ാമാണ്ടിൽ നിലവിൽ വന്ന ദേശീയ ബാലനീതി നിയമം (Juvenil Justice (Care & Protection of Children) Act) ഐക്യരാഷ്ട്രസഭ 1989 ൽ അംഗീകരിച്ച ബാലാവകാശ പ്രമാണത്തിലെ ഉദാത്തമായ ബാലാവകാശ സങ്കല്പങ്ങൾ സാക്ഷാൽക്കരിക്കാനുള്ള പല വ്യവസ്ഥകളും അടങ്ങുന്ന ഒന്നാണ്. കുട്ടികളുടെ അവകാശ സംരക്ഷണം ചുമതലയായുള്ള ജില്ലാതല ശിശുക്ഷേമ കമ്മിറ്റികൾ, നിയമവ്യവസ്ഥകളോടു പൊരുത്തപ്പെടാത്ത കുട്ടികൾക്കുവേണ്ടിയുള്ള ജില്ലാ ബാലനീതി ബോർഡുകൾ. പൊലീസ് വകുപ്പിൽ കുട്ടികൾക്കുവേണ്ടി പ്രത്യേകമായുള്ള ബാല പൊലീസ് സംവിധാനം. ദേശീയതലത്തിലും സംസ്ഥാനതലങ്ങളിലും രൂപീകരിക്കേണ്ട ബാലാവകാശ സംരക്ഷണ കമ്മീഷനുകൾ തുടങ്ങിയ സംവിധാനങ്ങൾ ഈ നിയമമനുസരിച്ച് രൂപീകരിക്കേണ്ടതായുണ്ട്. എന്നാൽ. പല സംസ്ഥാനങ്ങളിലും ഈ സംവിധാനങ്ങളിൽ പലതും, നിയമം നിലവിൽ വന്ന് രണ്ടു പതിറ്റാണ്ടിലേറെയായിട്ടും ഇനിയും നിലവിൽ വന്നിട്ടില്ല. നിലവിൽ വന്നിട്ടുള്ളവയിൽ തന്നെയും പലതും കാര്യക്ഷമമായി പ്രവർത്തിക്കുന്നുമില്ല. ബാലനീതി നിർവ്വഹണ സ്ഥാപനങ്ങളുടെ ശാക്തീകരണം കുട്ടികൾക്കുവേണ്ടിയുള്ള ദേശീയ നയത്തിലെ ഒരു മുഖ്യ അജണ്ട ആകേണ്ടിയിരിക്കുന്നു.

ശിശുക്കൾക്കുവേണ്ടിയുള്ള ദേശീയ നയത്തിൽ അവശ്യം ഉൾപ്പെടുത്തേണ്ട കാര്യങ്ങളാണ് മുകളിൽ കൊടുത്തത്. ലോകത്തെ എല്ലാ കുട്ടികൾക്കും മെച്ചപ്പെട്ട ജീവിതം, ഗുണമേന്മയുള്ള വിദ്യാഭ്യാസം, സൗജന്യമായ ആതുര ശുശ്രൂഷ തുടങ്ങിയവ ലഭ്യമാക്കണമെന്ന് ഐക്യരാഷ്ട്രസഭ 2002 ൽ പുറത്തിറക്കിയ *കുട്ടികൾക്കിണങ്ങിയ ലോകം* എന്ന രേഖയിൽ ആവശ്യപ്പെട്ടു. കുട്ടികളുടെ ആവശ്യങ്ങൾ നിറവേറ്റാൻ വേണ്ട തുക ലോകരാഷ്ട്രങ്ങളുടെ വാർഷിക ബഡ്ജറ്റിൽ വക കൊള്ളിക്കണമെന്നും ഈ രേഖയിൽ ഐക്യരാഷ്ട്രസഭ ആവശ്യപ്പെട്ടു. സ്വാഭാവികമായും ഈ യു എൻ നിർദ്ദേശങ്ങൾക്ക് അനുരൂപമായ സമീപനമാവും ശിശുപരിപാലന വിഷയത്തിൽ തയ്യാറാക്കാൻ പോകുന്ന നയരേഖയിൽ കേന്ദ്രം സ്വീകരിക്കുകയെന്ന് രാജ്യത്തെ ശിശുക്ഷേമ തല്പരരായ എല്ലാവരും പ്രത്യാശിക്കുന്നു.

(കുറിപ്പ്: ദേശീയതലത്തിൽ ഒരു ശിശുനയം രൂപീകരിക്കാൻ പോകുന്നതായി 2013 സെപ്തംബറിൽ കേന്ദ്രം പ്രഖ്യാപിച്ച സാഹചര്യത്തിൽ, അത്തരമൊരു ദേശീയ ശിശുനയ രേഖയിൽ ഉൾക്കൊള്ളിക്കേണ്ട കാര്യങ്ങൾ സംബന്ധിച്ച് 2013 നവംബറിൽ എഴുതിയ ലേഖനം)

ശിശുദിനം - ചരിത്രവും വർത്തമാനകാല പ്രസക്തിയും

ജൂൺ 1 സാർവ്വദേശീയ ശിശുദിനം. 1925 ജൂൺ ഒന്നിന് സ്വിറ്റ്സർലാൻഡിലെ ജനീവയിൽ കുട്ടികളുടെ ക്ഷേമം മുൻനിർത്തി നടന്ന സാർവ്വദേശീയ സമ്മേളനം (The World Conference for the Well being of Children) എല്ലാ ലോകരാജ്യങ്ങളോടും വർഷത്തിൽ ഒരു ദിവസം കുട്ടികൾക്കുവേണ്ടിയുള്ള ദിവസം - ശിശുദിനം - ആയി ആചരിക്കാൻ ആഹ്വാനം ചെയ്തു.

1949 നവംബർ 22 ന് മോസ്കോവിൽ ചേർന്ന സ്ത്രീകളുടെ സാർവ്വദേശീയ സമ്മേളനം (Women's International Democratic Federation Congress) ആണ് യഥാർത്ഥത്തിൽ ജൂൺ 1 ന് സാർവ്വദേശീയ ശിശുദിനമായാചരിക്കാനുള്ള തീരുമാനമെടുത്തത്. 1950 മുതൽ പഴയ സോവിയറ്റ് യൂണിയനും ചൈനയുൾപ്പെടെയുള്ള മറ്റു സോഷ്യലിസ്റ്റ് രാജ്യങ്ങളും ജൂൺ 1 ന് ശിശുദിനം ആചരിക്കാൻ തുടങ്ങി. ചൈനയിൽ ജൂൺ 1 ഒരു പൊതുഅവധിദിവസമാണ്. അഖിലേന്ത്യാ ജനാധിപത്യമഹിളാ അസോസിയേഷനുൾപ്പെടെ സോഷ്യലിസ്റ്റ് കാഴ്ച്ചപ്പാട് പുലർത്തുന്ന പല വനിതാ സംഘടനകളും ഇന്ത്യയുൾപ്പെടെ നാനാ രാജ്യങ്ങളിൽ ജൂൺ 1 ന് ശിശുദിനമായി ആചരിക്കുന്നുണ്ട്.

സോഷ്യലിസ്റ്റ് രാജ്യങ്ങൾ ജൂൺ 1 ന് ശിശുദിനം ആചരിക്കുമ്പോൾ, യു എസ് എ യിൽ ശിശുദിനാചരണം നടക്കുന്നത് ജൂൺ 2 നാണ്. കുട്ടികൾ "ചാച്ചാനെഹ്റു" എന്നു വിളിച്ച ജവാഹർലാൽ നെഹ്റുവിന്റെ ചരമത്തെത്തുടർന്ന് (1964) അദ്ദേഹത്തിന്റെ ജന്മദിനമായ നവംബർ 14 ന് ആണ് നമ്മുടെ രാജ്യത്ത് ഔദ്യോഗികമായി ശിശുദിനം ആചരിക്കുന്നത്.

അങ്ങനെ വ്യത്യസ്ത രാജ്യങ്ങളിൽ വ്യത്യസ്ത ദിവസങ്ങളിൽ ശിശുദിനം ആചരിച്ചു വരവേ, ഐക്യരാഷ്ട്രസംഘടനയുടെ ആഭിമുഖ്യത്തിൽ

നവംബർ 20 ആണ് സാർവ്വദേശീയതലത്തിൽ ശിശുദിനമായി ആചരിക്കപ്പെട്ടുവരുന്നത്. 1954 ൽ ആണ് യു എൻ ശിശുദിനാചരണ രംഗത്തേക്ക് കടന്നുവരുന്നത്. അപ്പോഴും വ്യത്യസ്ത രാജ്യങ്ങൾക്ക് സ്വന്തം ഇഷ്ടമനുസരിച്ചുള്ള ദിവസങ്ങളിൽ ശിശുദിനം ആചരിക്കാമെന്ന് യു എൻ തന്നെ അഭിപ്രായപ്പെടുകയുണ്ടായി. കുട്ടികൾക്കുവേണ്ടി രൂപീകരിക്കപ്പെട്ട UNICEF (United Nations International Children's Education Fund) ന്റെ ആഭിമുഖ്യത്തിൽ കുട്ടികൾക്കുവേണ്ടി സാർവ്വദേശീയ തലത്തിൽ നടക്കുന്ന സംരംഭങ്ങളുടെ ചരിത്രത്തിൽ നവംബർ 20 ന് വലിയ പ്രാധാന്യമാണുള്ളത്.

കുട്ടികളുടെ അവകാശങ്ങൾ ഉയർത്തിപ്പിടിച്ചുകൊണ്ടാണ് ശിശുദിനം ഇന്ന് ലോകരാജ്യങ്ങളിൽ ആചരിക്കപ്പെടുന്നത്. ഒന്നാം ലോകമഹായുദ്ധത്തെതുടർന്നാണ് ചൂഷിതരും പീഡിതരുമായ മനുഷ്യർക്ക് കിട്ടേണ്ട അവകാശങ്ങളെപ്പറ്റി ലോകത്തെ പുരോഗമന ചിന്താഗതിക്കാരായ ജനസമൂഹങ്ങൾ ഗൗരവമായി ചിന്തിക്കാൻ തുടങ്ങിയത്. ചൂഷണത്തിനു വിധേയരാകുന്ന ജനങ്ങൾക്ക് നിഷേധിക്കപ്പെടുന്ന എല്ലാ അവകാശങ്ങളും മനുഷ്യാവകാശങ്ങളാണെന്ന ധാരണ വളർന്നുവന്നത് അന്നുമുതൽക്കാണ്. ആ വളർച്ചയിൽ സോവിയറ്റ് യൂണിയനും സോഷ്യലിസ്റ്റ് ചേരിക്കുമുള്ള പങ്ക് എടുത്തുപറയേണ്ടിയിരിക്കുന്നു. മനുഷ്യാവകാശങ്ങളുടെ പട്ടികയിൽ കുട്ടികളുടെ അവകാശങ്ങൾ തുടക്കം മുതല്ക്കുതന്നെ സ്ഥാനം പിടിക്കുകയും ചെയ്തു.

കുട്ടികളുടെ അവകാശങ്ങൾ സംബന്ധിച്ച സാർവ്വദേശീയ നിയമങ്ങളിലൂടെയും പ്രഖ്യാപനങ്ങളിലൂടെയും നമ്മുടെ രാജ്യത്ത് 1950 ൽ നിലവിൽവന്ന ഭരണഘടനയിലൂടെയും അതനുസരിച്ച് പില്ക്കാലത്ത് പാസ്സാക്കപ്പെട്ട നിയമങ്ങളിലൂടെയും ഒന്നു കണ്ണോടിക്കുന്നത് ശിശുദിനം ആചരിക്കുന്നതിനെപ്പറ്റി ലോകജനത ആലോചിച്ചു തുടങ്ങി ഒരു നൂറ്റാണ്ടു പിന്നിടാൻ ഏഴുവർഷം മാത്രം അവശേഷിക്കുന്ന ഇന്ന് അസ്ഥാനത്താവുമെന്നു തോന്നുന്നില്ല.

ജനീവാ പ്രഖ്യാപനം 1924

ഒന്നാം ലോകമഹായുദ്ധത്തിനുശേഷം 1924 ൽ യുദ്ധത്തിൽ വിജയിച്ച ലോകരാഷ്ട്രങ്ങൾ പുറപ്പെടുവിച്ച ജനീവാ പ്രഖ്യാപനത്തിൽ യുദ്ധത്തെത്തുടർന്നു ദുരിതമനുഭവിക്കുന്ന ജനസമൂഹങ്ങൾ, അഭയാർത്ഥികൾ, തടവുകാർ, കുട്ടികൾ തുടങ്ങിയവരുടെ പരിരക്ഷയ്ക്കായി ഉൾപ്പെടുത്തിയ അഞ്ചു ഖണ്ഡികകൾ കുട്ടികളുടെ അവകാശങ്ങൾക്ക് അടിത്തറയായി പരിണമിച്ചു. അതിനാൽ. 1924 ലെ ജനീവാ പ്രഖ്യാപനത്തെ "കുട്ടികളുടെ അവകാശങ്ങളുടെ സാർവ്വദേശീയ ഉറവ" എന്ന് വിശേഷിപ്പിക്കാവുന്നതാണ്. കുട്ടികളുടെ സാർവ്വദേശീയ ഒത്തൊരുമ, കുട്ടികൾക്കിടയിലെ ബോധവല്ക്കരണം, കുട്ടികളുടെ ക്ഷേമസങ്കല്പങ്ങൾ എന്നിവയക്ക് അടിത്തറ പാകിയത് 1924 ലെ ജനീവാ പ്രഖ്യാപനമാണ്.

സാർവ്വദേശീയ മനുഷ്യാവകാശ പ്രഖ്യാപനം, 1948

1948 നവംബർ 18 ന് ഐക്യരാഷ്ട്ര ജനറൽ അസംബ്ലി സാർവ്വദേശീയ മനുഷ്യാവകാശ പ്രഖ്യാപനരേഖ അംഗീകരിച്ചു. ദേശീയത, ഗർഭസ്ഥ ശിശുവിന്റെതുൾപ്പെടെ കുട്ടികളുടെ പരിരക്ഷണം, ജീവിതനിലവാര സംരക്ഷണം. വിദ്യാഭ്യാസം, വ്യക്തിത്വവികാസത്തിനുള്ള അവസരം എന്നിവയ്ക്കുള്ള കുട്ടികളുടെ അവകാശം ഈ രേഖയിൽ എടുത്തു പറയുന്നുണ്ട്.

യു എൻ ആഭിമുഖ്യത്തിൽ ആദ്യത്തെ ശിശുദിനം, 1954 നവംബർ 20

ഐക്യരാഷ്ട്രസഭയുടെ ആഭിമുഖ്യത്തിൽ ആദ്യത്തെ ശിശുദിനാചരണം നടന്നത് 1954 നവംബർ 20 ന് ആയിരുന്നു. ആ കാലയളവിൽ ഐക്യ രാഷ്ട്രസഭയിലെ ഇന്ത്യയുടെ സ്ഥിരം പ്രതിനിധിയായിരുന്ന വി കെ കൃഷ്ണമേനോനാണ് അതിനാവശ്യമായ നിർദ്ദേശം മുന്നോട്ടുവച്ചതെന്ന് ഇവിടെ പ്രത്യേകം എടുത്തുപറയേണ്ടിയിരിക്കുന്നു.

സാർവ്വദേശീയ ബാലാവകാശ പ്രഖ്യാപനം. 1959

1924 ലെ ജനീവാ പ്രഖ്യാപനം അനുസരിച്ചുള്ള ബാലാവകാശങ്ങൾ നടപ്പാക്കാനും ഓരോ കുട്ടിക്കും മികച്ച ജീവിത സാഹചര്യം ഉറപ്പാക്കാനും 1959 നവംബർ 20 ന് യു എൻ അംഗീകരിച്ച ബാലാവകാശ പ്രഖ്യാപനം (Universal Declaration of Rights of the Child) ലക്ഷ്യമിടുന്നു.

ബാലാവകാശ പ്രമാണം, 1989

1924 ലെ ജനീവാ പ്രഖ്യാപനം മുതല്ക്കിങ്ങോട്ടുള്ള എല്ലാ ബാലാവകാശ പ്രഖ്യാപനങ്ങളുടെയും പ്രായോഗിക നിർവ്വഹണം മുൻനിർത്തി 1989 നവംബർ 20 ന് ഐക്യരാഷ്ട്ര പൊതുസഭ സമഗ്രമായ ഒരു ബാലാവകാശ പ്രമാണം (Child Rights Convention - CRC) അംഗീകരിച്ചു. ഇന്ത്യയുൾപ്പെടെ വിവിധ രാജ്യങ്ങളിൽനിന്നുള്ള കുട്ടികളുടെ പ്രതിനിധികൾ കൂടി പങ്കെടുത്തതായിരുന്നു ഈ സമ്മേളനം. 1990 നവംബർ 20 ന് കുട്ടികളുടെ സാർവ്വദേശീയ പ്രമാണമായ ഇത് നിലവിൽ വന്നു. 1992 ൽ ഈ പ്രമാണം അംഗീകരിച്ച് ഇന്ത്യ അതിനോടുള്ള പ്രതിബദ്ധത വ്യക്തമാക്കി.

കുട്ടികളുടെ പത്ത് അവകാശങ്ങളാണ് ഈ പ്രമാണം അംഗീകരിച്ചിട്ടുള്ളത്. (1) പേരിനും ദേശീയതയ്ക്കും, (2) സുരക്ഷയ്ക്ക്, (3) പൂർണ്ണമായ വ്യക്തിത്വവികാസത്തിന്, (4) സ്നേഹപൂർണ്ണമായ രക്ഷാകർതൃത്വത്തിന്, (5) ശാരീരികവും മാനസികവുമായ വെല്ലുവിളികൾ നേരിടുന്ന കുട്ടികളുടെ പ്രത്യേക പരിഗണനയ്ക്ക്, (6) നിർബ്ബന്ധവും സൗജന്യവും ഗുണമേന്മയുള്ളതുമായ പ്രാഥമിക വിദ്യാഭ്യാസത്തിന്, (7) സുരക്ഷയിലും ക്ഷേമത്തിലും പ്രഥമപരിഗണനയ്ക്ക്, (8) വിവേചനങ്ങളിൽനിന്നുള്ള പരിരക്ഷ

ണത്തിന്, (9) അവഗണനകളിൽ നിന്നുള്ള സംരക്ഷണത്തിന്, (10) ഈ അവകാശങ്ങൾ സംരക്ഷിക്കാൻ നിയമ നടപടികൾ സ്വീകരിക്കുന്നതിന് എന്നിവയ്ക്കുള്ള അവകാശങ്ങളാണ് ഇവ.

ഇതിനിടെ 1986 ൽ കുട്ടികൾക്കുവേണ്ടി വിളിച്ചുകൂട്ടിയ സാർക്ക് രാജ്യങ്ങളുടെ കൺവൻഷനെ തുടർന്ന് 1990 ൽ കൂടിയ ലോക ഉച്ചകോടി പ്രസ്തുത വർഷം പെൺകുട്ടികളുടെ വർഷമായും 1991 മുതല്ക്കുള്ള ഒരു ദശകക്കാലം പെൺകുട്ടികളുടെ ദശകമായും പ്രഖ്യാപിച്ചു.

1989 ൽ ഐക്യരാഷ്ട്ര ജനറൽ അസംബ്ലി ബാലാവകാശ പ്രമാണം അംഗീകരിച്ചതിനുശേഷം 1995 ൽ ബീജിംഗിൽ ചേർന്ന ലോക വനിതാ സമ്മേളനം നടത്തിയ പ്രഖ്യാപനം പെൺകുട്ടികൾക്ക് എല്ലാത്തരം വിവേചനങ്ങളിൽ നിന്നുള്ള സംരക്ഷണം ഉറപ്പുചെയ്യുന്നു.

"കുട്ടികൾക്കിണങ്ങിയ ലോകം"– 2002 ൽ യു എൻ അംഗീകരിച്ച രേഖ

2002 മേയിൽ കുട്ടികൾക്കുവേണ്ടി പ്രത്യേകമായി ചേർന്ന ഐക്യ രാഷ്ട്ര സംഘടനയുടെ പൊതുസഭ മുൻ പ്രഖ്യാപനങ്ങളുടെ അടിസ്ഥാനത്തിൽ കുട്ടികൾക്കിണങ്ങിയ ലോകം സൃഷ്ടിക്കുന്നതിനുള്ള മാർഗ്ഗ നിർദ്ദേശങ്ങൾ അടങ്ങുന്ന രേഖ അംഗീകരിക്കുകയുണ്ടായി.

ഇന്ത്യൻ ഭരണഘടനയും കുട്ടികളുടെ അവകാശങ്ങളും

എ) മൗലികാവകാശങ്ങൾ (നിയമ നടപടികളിലൂടെ സംരക്ഷിക്കാൻ കഴിയുന്ന അവകാശങ്ങൾ)

- അനുച്ഛേദം 15(3) കുട്ടികളുടെ പരിരക്ഷയ്ക്ക് വിശേഷാൽ വ്യവസ്ഥകൾ ഉൾപ്പെടുത്താൻ രാഷ്ട്രത്തിന് അധികാരം നല്കുന്നു.
- അനുച്ഛേദം 21.21 (എ)– അന്തസ്സോടെ ജീവിക്കാനും ആരോഗ്യം, പാർപ്പിടം, പോഷകാഹാരം, ശുചിയായ പരിസരം, വ്യക്തിത്വവികാസം എന്നിവയ്ക്കും ആറുവയസ്സുമുതൽ 14 വയസ്സുവരെയുള്ള കുട്ടികൾക്ക് വിദ്യാഭ്യാസത്തിനുമുള്ള അവകാശങ്ങൾ ഉറപ്പു ചെയ്യുന്നു.
- അനുച്ഛേദം 24 – പതിനാലുവയസ്സിൽ താഴെയുള്ള കുട്ടികളെ അപായകരമായ തൊഴിലുകളിൽ ഏർപ്പെടുത്തുന്നത് തടയുന്നു.
- അനുച്ഛേദം 32 – കുട്ടികളുടെ അവകാശങ്ങൾ സ്ഥാപിച്ചുകിട്ടാൻ ഹൈക്കോടതിയെയും സുപ്രീം കോടതിയെയും സമീപിക്കാനുള്ള അവകാശം ഉറപ്പാക്കുന്നു.

ബി) മാർഗ്ഗനിർദ്ദേശകതത്ത്വങ്ങളിൽ ഉൾപ്പെടുത്തപ്പെട്ട അവകാശങ്ങൾ

മൗലികാവകാശങ്ങൾക്കു പുറമെ താഴെപറയുന്ന അവകാശങ്ങൾ കൂടി കുട്ടികൾക്ക് ലഭ്യമാക്കാൻ ഭരണഘടന മാർഗ്ഗനിർദ്ദേശക തത്ത്വങ്ങളിലൂടെ രാഷ്ട്രത്തോടു നിർദ്ദേശിക്കുന്നുണ്ട്.

- അനുച്ഛേദം 39 (ഇ), 39 (എഫ്) – കുട്ടികൾ അവരുടെ ഇളം പ്രായത്തിൽ ദുരുപയോഗം ചെയ്യപ്പെടാതിരിക്കുന്നതിനും അവരെക്കൊണ്ട് ആരോഗ്യത്തിനും ജീവനും ഹാനികരമായ ജോലി ചെയ്യിക്കാതിരിക്കാനും അവർക്ക് ആരോഗ്യകരമായ വ്യക്തിത്വ വികാസത്തിനും അനാഥത്വത്തിൽനിന്നുള്ള പരിരക്ഷണത്തിനുമുള്ള അവകാശം
- അനുച്ഛേദം 41 – കുട്ടികളുടെ വിദ്യാഭ്യാസ – ആരോഗ്യ വിഷയങ്ങളിൽ രാഷ്ട്രത്തിനുള്ള ബാദ്ധ്യത.
- അനുച്ഛേദം 47 – പോഷകാഹാരം, പരിസരശുചിത്വം, ആതുരശുശ്രൂഷാ സൗകര്യം എന്നിവ കുട്ടികൾക്ക് ലഭ്യമാക്കാൻ രാഷ്ട്രത്തിനുള്ള ബാദ്ധ്യത.
- അനുച്ഛേദം 5 എ – കുട്ടികളിൽ ശാസ്ത്രാഭിരുചിയും ശാസ്ത്രീയ വീക്ഷണവും വളർത്താനുള്ള രാഷ്ട്രത്തിന്റെ ബാദ്ധ്യത.

ദേശീയ ശിശുനയം 1974, 2013, സംസ്ഥാന ശിശുനയം 2017

1974 ആഗസ്റ്റ് 22 ന് കേന്ദ്ര ഗവണ്മെന്റ് പുറത്തിറക്കിയ ദേശീയ ശിശുനയം അനുസരിച്ച് കുട്ടികളോടുള്ള ഭരണഘടനാപരമായ ഉത്തരവാദിത്വവും സാർവ്വദേശീയ ബാലാവകാശനയങ്ങളും നടപ്പാക്കുക, ദേശീയ വിദ്യാഭ്യാസ – ആരോഗ്യ നയങ്ങൾ നടപ്പാക്കുക. എല്ലാ വിഭവസ്രോതസ്സുകളും കുട്ടികൾക്ക് പ്രയോജനപ്രദമായ രീതിയിൽ വിനിയോഗിക്കുക എന്നിവ സർക്കാരിന്റെ ലക്ഷ്യങ്ങളായി നിർവ്വചിച്ചിരിക്കുന്നു. എല്ലാ കുട്ടികൾക്കും ജനനത്തിനുമുമ്പുംപിമ്പും എല്ലാ വളർച്ചാ സൗകര്യങ്ങളും ഉറപ്പാക്കുക. ശാരീരികവും മാനസികവുമായ വികാസ ഉപാധികൾ ലഭ്യമാക്കുക. കുട്ടികൾക്കായുള്ള സേവന മേഖലകൾ വിപുലപ്പെടുത്തുക തുടങ്ങിയ ദേശീയ ശിശുനയപരിപാടികൾ പ്രാവർത്തികമാക്കുന്നതിനു വേണ്ടിയുള്ള പതിനഞ്ചിന കർമ്മപരിപാടിയും നയരേഖ മുന്നോട്ടുവയ്ക്കുന്നു. ഈ കർമ്മ പരിപാടിയിൽ ഉൾപ്പെടുത്തി രോഗപ്രതിരോധം. ആരോഗ്യപരിപാലനം, അനാഥരായ കുട്ടികളുടെ പരിപാലനവും വിദ്യഭ്യാസവും പുനരധിവാസവും, ശിശുപരിപാലനത്തിന് ക്രെഷുകൾ പോലുള്ള സംവിധാനങ്ങൾ, പ്രത്യേക വെല്ലുവിളികൾ നേരിടുന്ന കുട്ടികളുടെ സംരക്ഷണവും പരിശീലനവും പുനരധിവാസവും എന്നിവയ്ക്ക് മുൻഗണന നല്കാൻ ദേശീയ ശിശുനയം നിർദ്ദേശിക്കുകയുണ്ടായി.

എന്നാൽ ഈ കടമകൾ ഏറ്റെടുത്ത് നടപ്പാക്കുന്നതിനുള്ള ഭരണ സംവിധാനങ്ങൾക്കും സ്ഥാപനങ്ങൾക്കും രൂപംകൊടുക്കുകയോ നയം നടപ്പാക്കാനുള്ള കാലാവധി തീരുമാനിക്കുകയോ ചെയ്തില്ലെന്നത് ഈ നയരേഖയുടെ ദൗർബല്യമായിരുന്നു. 2013 ൽ ഈ ദൗർബല്യങ്ങൾ തിരുത്തിക്കൊണ്ടുള്ള പുതുക്കിയ നയരേഖയ്ക്ക് കേന്ദ്രം രൂപംനല്കി,

ദേശീയ ശിശുനയത്തിന്റെ അടിസ്ഥാനത്തിൽ സംസ്ഥാന സാമൂഹിക നീതി വകുപ്പ് 2017 ജനുവരി 23 ന് സംസ്ഥാന സർക്കാരിന്റെ ശിശു

നയരേഖ പ്രസിദ്ധപ്പെടുത്തുകയുണ്ടായി. ഒട്ടേറെ പോരായ്മകളുണ്ടെങ്കിലും ഈ വഴിക്കുള്ള സംസ്ഥാനത്തെ ആദ്യത്തെ സംരംഭമെന്ന നിലയിൽ ഈ രേഖയെ സ്വാഗതം ചെയ്യുകയും അതോടൊപ്പം അതിലെ പോരായ്മകൾ പരിഹരിക്കുന്ന ഒരു സമഗ്രമായ രേഖയ്ക്ക് രൂപം നല്കുകയും ചെയ്യേണ്ടിയിരിക്കുന്നു.

ബാലവേലാ നിരോധന – നിയന്ത്രണ നിയമം, 1986

അപായകരമെന്ന് പേരെടുത്തുപറഞ്ഞ വ്യവസായങ്ങളിലും തൊഴിൽ മേഖലകളിലും 14 വയസ്സുവരെയുള്ള കുട്ടികളെ നിയോഗിക്കുന്നതു നിരോധിക്കുന്നതും അങ്ങനെ വിശേഷിപ്പിക്കപ്പെടാത്ത മേഖലകളിൽ ചില നിയന്ത്രണങ്ങൾക്കു വിധേയമായി കുട്ടികളെക്കൊണ്ടു ജോലി ചെയ്യിക്കാൻ അനുവദിക്കുന്നതുമായ നിയമം നിലവിൽ വന്നത് 1986 ൽ ആണ്. എന്നാൽ വിദ്യാഭ്യാസത്തിന്റെയോ, പരിശീലനത്തിന്റെയോ, കുടിൽ വ്യവസായത്തിന്റെയോ ഭാഗമായും കുടുംബത്തെ സഹായിക്കാൻ വേണ്ടിയും കുട്ടികളെക്കൊണ്ടു പണിയെടുപ്പിക്കുന്നതിനെ ഈ നിയമം തടയുന്നില്ല. മാത്രവുമല്ല, 14 വയസ്സിനും 18 വയസ്സിനും ഇടയ്ക്കുള്ള കുട്ടികളുടെ കാര്യം ഈ നിയമം പാടേ വിട്ടുകളഞ്ഞിരിക്കുകയുമാണ്. അവരെക്കൊണ്ട് ഏതുതരത്തിലുള്ള പണിയെടുപ്പിക്കുന്നതിനെയും ഈ നിയമം തടയുന്നില്ല.

2016 ൽ ഈ നിയമത്തിലെ വ്യവസ്ഥകൾ വീണ്ടും ദുർബ്ബലപ്പെടുത്തുന്ന ഭേദഗതികളോടെ ഈ നിയമം കേന്ദ്രം പുതുക്കുകയുണ്ടായി. കുട്ടികളെ നിയോഗിക്കുന്നത് തടഞ്ഞിട്ടുള്ള തൊഴിൽമേഖലകൾ വെട്ടിച്ചുരുക്കുകയും ഹോട്ടൽ – വിനോദസഞ്ചാര മേഖലകളിൽ കുട്ടികളെ ജോലിക്കു വയ്ക്കുന്നത് അനുവദിക്കുന്നതുമായ ഈ ഭേദഗതിനിയമം പാർലമെന്റിനകത്തും പുറത്തുനിന്നുമുള്ള എതിർപ്പുകളെ അവഗണിച്ച് പാസാക്കുകയാണ് കേന്ദ്രം ചെയ്തത്. പെൺകുട്ടികളെ വിശേഷിച്ചും പ്രതികൂലമായി ബാധിക്കാവുന്നതും അവർ ലൈംഗിക പീഡനത്തിനു വരെ വിധേയരാകാൻ ഇടനല്കുന്നതുമാണ് പുതുക്കിയ ബാലവേലാ നിരോധന – നിയന്ത്രണ നിയമം.

ബാലനീതി നിയമം 2000

2000 ൽ പാസാക്കി 2006 ൽ ഭേദഗതി ചെയ്ത നിയമമാണ് ബാലനീതി നിയമം. (Juvenile Justice Care and Protection of Children Act) 1989 സാർവ്വദേശീയ ബാലാവകാശ പ്രമാണം ഒരു പരിധിവരെയെങ്കിലും കാര്യക്ഷമമായി നടപ്പാക്കുന്നതിന് ഉതകുന്ന നിയമമാണിത്. നിയമവുമായി പൊരുത്തപ്പെടാത്ത കുട്ടികളുടെമേൽ യുക്തമായ നടപടികൾ നിശ്ചയിച്ച് നടപ്പാക്കുന്നതിന് ജില്ലകൾതോറും ബാലനീതി ബോർഡുകളും കുട്ടികളുടെ അവകാശങ്ങളുടെ നിഷേധം ഉണ്ടാവുന്നില്ലെന്ന് ഉറപ്പുവരുത്തുന്നതിന് ജില്ലകൾതോറും ബാലക്ഷേമസമിതികളും രൂപീകരിക്കു

ന്നതിന് വ്യവസ്ഥ ചെയ്യുന്നതാണ് ഈ നിയമം. ഈ സംവിധാനങ്ങളുടെ കാര്യക്ഷമമായ പ്രവർത്തനം ഉറപ്പുവരുത്തുന്ന ഉപദേശകസമിതികൾ. ജില്ലാ നഗരതല പൊലീസ് സ്റ്റേഷനുകളോട് ചേർന്ന് ശിശുസൗഹൃദ പരമായി പ്രവർത്തിക്കുന്ന ബാല പൊലീസ് യൂണിറ്റുകൾ, രാജ്യവ്യാപ കമായി കാണാതായ കുട്ടികളെ ഉൾപ്പെടുത്തി തയ്യാറാക്കുന്ന "മിസ്സിങ്ങ് ചിൽഡ്രൻസ് ബ്യൂറോകൾ" എന്നിവ രൂപീകരിക്കുന്നതിനും നിയമം വ്യവസ്ഥ ചെയ്യുന്നു.

ഈ നിയമവും 2016 ൽ ഭേദഗതിചെയ്യപ്പെട്ടു. പതിനാറു മുതൽ 18 വയസ്സുവരെയുള്ള കുട്ടികളെ മുതിർന്നവർക്കൊപ്പം കാണുന്ന വിവേചന പരമായ ഭേദഗതികളാണ് 2016 ൽ ബാലനീതി നിയമത്തിന് ആ ഭേദഗതി നിയമം മുഖേന കേന്ദ്രം കൊണ്ടുവന്നത്. കൊലപാതകം, ബലാത്സംഗം തുടങ്ങിയ ഗുരുതരമായ കുറ്റകൃത്യങ്ങൾ ചെയ്തതായി ആരോപിക്ക പ്പെടുന്ന കുട്ടികളെ മുതിർന്നവരായി കണ്ട് അവരെ ബാലനീതിനി യമത്തിലെ താരതമ്യേന മൃദുവായ വ്യവസ്ഥകൾക്കു പകരം ഇന്ത്യൻ ശിക്ഷാനിയമത്തിലെ കടുത്ത വ്യവസ്ഥകൾക്കനുസരിച്ചു വിചാരണ ചെയ്ത് ക്രിമിനൽ പ്രൊസീഡിയർ കോഡ് (Cr. P C) അനുസരിച്ച് മുതിർന്നവരെയെന്നപോലെ ശിക്ഷിക്കാനും മുതിർന്നവർക്കൊപ്പം ജയി ലിലടയ്ക്കാനും വ്യവസ്ഥ ചെയ്യുന്നതാണ് ബാലനീതി നിയമത്തിന് പുതുതായി കൊണ്ടുവന്ന ഭേദഗതി. പതിനെട്ടു വയസ്സുവരെയുള്ള വരെല്ലാം കുട്ടികൾ എന്ന സാർവ്വദേശീയ മാനദണ്ഡത്തെ വെല്ലുവിളി ക്കുന്നതും വിവേചനപരവും ബാലനീതി നിയമത്തിന്റെ അന്തസ്സത്ത യെത്തന്നെ തകിടം മറിക്കുന്നതുമായ ഈ ഭേദഗതിനിയമം എൻ ഡി എ സർക്കാർ പാസാക്കിയതും കടുത്ത എതിർപ്പിനെ ബാലാദ്ധ്വാന നിരോധന നിയന്ത്രണ നിയമത്തെ ഭേദഗതി ചെയ്തതുപോലെ തന്നെ ലോക്സഭ യിലെ മൃഗീയ ഭൂരിപക്ഷം ഉപയോഗിച്ച് മറികടന്നുകൊണ്ടായിരുന്നു.

ബാലാവകാശ സംരക്ഷണ കമ്മീഷൻ നിയമം 2006 (The Child Rights Protection Commission Act)

സാർവ്വ ദേശീയ ബാലാവകാശ പ്രമാണത്തിലെ വ്യവസ്ഥകൾ നടപ്പാക്കുന്നതിന് ഐക്യരാഷ്ട്ര സഭ അംഗരാജ്യങ്ങളുടെ മേൽ ചെലു ത്തിയ നിർബ്ബന്ധത്തിന്റെ ഫലമായാണ് ഈ നിയമം നമ്മുടെ രാജ്യത്ത് പാസാക്കപ്പെട്ടത്. സിവിൽ കോടതിയുടെ അന്വേഷണാധികാരങ്ങളും ബാലാവകാശങ്ങൾ ലംഘിക്കുന്നവരുടെമേൽ ഉചിതമായ ശിക്ഷാ നടപടികൾ സ്വീകരിക്കുന്നതിന് സർക്കാരിനോടു നിർദ്ദേശിക്കാനുള്ള അധികാരവുമുള്ളവയാണ് കേന്ദ്രത്തിലും സംസ്ഥാനങ്ങളിലും രൂപീകരി ക്കുന്ന ബാലാവകാശ സംരക്ഷണ കമ്മീഷനുകൾ. നമ്മുടെ സംസ്ഥാ നത്തും ഇത്തരത്തിലുള്ള ഒരു കമ്മീഷൻ രൂപീകരിച്ചു പ്രവർത്തിച്ചു വരുന്നുണ്ട്.

വിദ്യാഭ്യാസാവകാശ നിയമം, 2009 (Right to Compulsory and Free Education Act)

ആറുമുതൽ 14 വയസ്സുവരെയുള്ള കുട്ടികൾക്ക് വിദ്യാഭ്യാസം മൗലികാവകാശമാക്കിക്കൊണ്ടുള്ള ഭരണഘടനാ ഭേദഗതിയെ പിൻപറ്റി കേന്ദ്രം 2009 ൽ വിദ്യാഭ്യാസാവകാശ നിയമം പാസാക്കുകയുണ്ടായി. ഈ പ്രായത്തിൽപെട്ട കുട്ടികൾക്ക് സൗജന്യവും ഗുണമേന്മയുള്ളതുമായ വിദ്യാഭ്യാസം ലഭിക്കുന്നുണ്ടെന്നുറപ്പുവരുത്താൻ ഈ നിയമപ്രകാരം ഭരണകൂടം ബാദ്ധ്യസ്ഥമാണ്. നമ്മുടെ ഭരണഘടനയുടെ 21–ാം അനുച്ഛേദത്തോട് 21 എ എന്ന ഒരു ഉപഅനുച്ഛേദം കൂട്ടിച്ചേർത്ത് വിദ്യാഭ്യാസം കുട്ടികളുടെ മൗലികാവകാശമാക്കിയപ്പോഴെന്നപോലെ അതിന്റെ പിൻപറ്റി ഈ നിയമം പാസാക്കിയപ്പോഴും ആറു വയസ്സിനു താഴെയുള്ള കുട്ടികൾക്ക് ശൈശവ വിദ്യാഭ്യാസത്തിനും പരിചരണത്തിനുമുള്ള അവകാശത്തെ അവഗണിക്കുകയാണ് കേന്ദ്രം ചെയ്തത്.

ഭിന്നശേഷിയുള്ള കുട്ടികൾക്ക് 18 വയസ്സുവരെ ഉചിതമായ പശ്ചാത്തലത്തിൽ വിദ്യാഭ്യാസം നല്കണമെന്നും അവർക്ക് മറ്റു കുട്ടികൾക്കു തുല്യമായ അവസരങ്ങൾ ലഭ്യമാക്കണമെന്നും കുട്ടികളെന്ന നിലയ്ക്കുള്ള അവരുടെ അവകാശങ്ങളും അവരുടെ പൂർണ്ണമായ പങ്കാളിത്തവും ഉറപ്പുവരുത്തണമെന്നും അനുശാസിക്കുന്ന മറ്റൊരു നിയമവും കേന്ദ്രം 1995 ൽ പാസാക്കുകയുണ്ടായി.

കുട്ടികളുടെ മേലുള്ള ലൈംഗിക പീഡനം തടയുന്നതിനുള്ള നിയമം, 2012 (Protection of Children from Sexual Offences Act)

രാജ്യത്ത് വർദ്ധിച്ചുവരുന്ന ബാലപീഡനങ്ങൾ തടയുന്നതിനുള്ള ഉദ്ദേശ്യത്തോടെ പാസാക്കിയതാണ് ഈ നിയമം. പതിനെട്ടു വയസ്സുവരെയുള്ള കുട്ടികളെ ബലാത്സംഗം ചെയ്യുക, അവരെ ശാരീരികമായും മാനസികമായും പീഡിപ്പിക്കുക തുടങ്ങിയ കുറ്റങ്ങൾ ചെയ്യുന്നവർക്ക് വധശിക്ഷവരെ നല്കുന്നതിനുള്ള വ്യവസ്ഥകളടങ്ങുന്നതാണ് ഈ നിയമം. ഇത്തരം പീഡനങ്ങൾക്കിരയാകുന്ന കുട്ടികളെ പാർപ്പിക്കുന്നതിനുള്ള സുരക്ഷാ ഭവനങ്ങൾ സ്ഥാപിക്കുന്നതിനും ഈ നിയമത്തിൽ വ്യവസ്ഥയുണ്ട്.

എത്രമാത്രം കുറ്റമറ്റ നയങ്ങളും നിയമങ്ങളും കൊണ്ടുവന്നാലും രാഷ്ട്രീയമായ ഇച്ഛാശക്തിയോടെ നടപ്പാക്കപ്പെടുന്നുണ്ടെങ്കിലേ അവ ലക്ഷ്യം സാക്ഷാൽക്കരിക്കു എന്ന് എടുത്തു പറയേണ്ടതായില്ല. ഈ വഴിക്കുള്ള ചില നീക്കങ്ങൾ ഈയിടെ സംസ്ഥാന സാമൂഹികക്ഷേമ വകുപ്പിന്റെ ഭാഗത്തുനിന്നുണ്ടായിട്ടുള്ളത് ശ്രദ്ധേയമാണ്. കുടുംബശ്രീ പ്രവർത്തകരുടെ പ്രാദേശിക സംഗമങ്ങൾ സംസ്ഥാന വ്യാപകമായി വിളിച്ചു ചേർത്ത് കുടുംബശ്രീയുടെ ആഭിമുഖ്യത്തിൽ പഞ്ചായത്തുകൾ തോറും

പെൺകുട്ടികൾക്ക് നേരെ വർദ്ധിച്ചുവരുന്ന പീഡനങ്ങൾക്കെതിരെ വിജിലന്റ് ഗ്രൂപ്പുകൾ രൂപീകരിക്കാൻ തീരുമാനമെടുത്തിട്ടുള്ളതായി മാർച്ച് 14 ന്റെ *ദേശാഭിമാനി* റിപ്പോർട്ട് ചെയ്യുകയുണ്ടായി. നിയമവുമായി പൊരുത്തപ്പെടാത്ത കുട്ടികൾ, ശ്രദ്ധയും, സംരക്ഷണവും ആവശ്യപ്പെടുന്ന കുട്ടികൾ, നിയമ പരിരക്ഷയ്ക്കുവേണ്ടി ബന്ധപ്പെടുന്ന കുട്ടികൾ എന്നിവരുടെ സംരക്ഷണത്തിനുവേണ്ടിയുള്ള സംയോജിത ശിശു സംരക്ഷണ പദ്ധതി (Integrated Child Protection Scheme - ICPS) സംസ്ഥാനത്ത് ഊർജ്ജിതമായി നടപ്പാക്കുമെന്ന സൂചനയാണ് സംയോജിത ശിശുസംരക്ഷണ പദ്ധതിയുമായി സർക്കാർ' എന്ന തലക്കെട്ടിൽ വന്ന *മാതൃഭൂമി* വാർത്ത (2017 മെയ് 14) നല്കുന്നത്.

2017 ലെ ശിശുദിനാചരണത്തിന് യു എൻ നിർദ്ദേശിക്കുന്ന മുദ്രാവാക്യം

ശിശുദിനത്തിന് ഉയർത്താൻ ഐക്യരാഷ്ട്രസംഘടന നിർദ്ദേശിക്കുന്ന മുദ്രാവാക്യം "കുട്ടികൾക്കെതിരായുള്ള അതിക്രമങ്ങൾ അവസാനിപ്പിക്കുക" (Stop Violence Against Children) എന്നുള്ളതാണ്. ജൂൺ 1 ന്റെ ശിശുദിനത്തിനും ഇതേ മുദ്രാവാക്യം ഉയർത്തുന്നത് അഭികാമ്യമായിരിക്കും.

യു എൻ വിലയിരുത്തൽ – 2017 ലെ ശിശുദിനത്തിൽ

യൂണിസെഫ് 2017 ൽ ശിശുദിനാചരണത്തെ സമീപിക്കുന്നത് കുട്ടികൾ വിവരിക്കാനാവാത്ത അതിക്രമങ്ങൾക്ക് ലോകമാസകലം ഇരകളാക്കപ്പെടുന്നു എന്ന ആമുഖത്തോടെയാണ്. ഏതു രാജ്യത്തായാലും ഏതു സാമൂഹിക സാംസ്കാരിക പശ്ചാത്തലത്തിലായാലും കുട്ടികൾ നാനാതരത്തിലുള്ള ദുരുപയോഗപ്പെടുത്തലുകൾക്കും അവഗണനയ്ക്കും ചൂഷണത്തിനും അതിക്രമങ്ങൾക്കും ഇരയാക്കപ്പെടുന്നു. സ്വന്തം വീട്ടിലും പഠിക്കുന്ന വിദ്യാലയത്തിലും ശിശുക്ഷേമ സ്ഥാപനങ്ങളിലും പണിയിടങ്ങളിലും സമൂഹത്തിൽ മൊത്തത്തിലും ആയുധമേന്തിയ കലാപഭൂമികളിലും ദേശീയ ദുരന്തങ്ങളിലും അവർ ഒരുപോലെ അതിക്രമങ്ങൾക്ക് ഇരകളാക്കപ്പെടുകയാണ്. കുട്ടികൾക്കുനേരെ നടക്കുന്ന അതിക്രമങ്ങളിൽ ചൂഷണം, അന്യദേശങ്ങളിലേക്കുള്ള കടത്തിക്കൊണ്ടു പോകൽ, ശാരീരികവും അപമാനകരവുമായ ശിക്ഷാക്രമങ്ങൾ, പെൺകുട്ടികളുടെ ശൈശവ വിവാഹവും ലൈംഗികാവയവങ്ങളുടെ ഛേദനവും പോലുള്ള ക്രൂരമായ അനാചാരങ്ങൾ, ഐ എസ് പോലുള്ള ആയുധമേന്തിയ ഗ്രൂപ്പുകളിൽ റിക്രൂട്ട് ചെയ്യപ്പെടൽ എന്നിവ ഉൾപ്പെടുന്നു. അതിക്രമങ്ങളോടൊപ്പം വളരാൻ നിർബ്ബന്ധിക്കപ്പെടുന്നതിന്റെ ഫലമായി കുട്ടികളുടെ ക്രമിക വികാസം തടസ്സപ്പെടുന്നു. അവരുടെ അന്തസ്സിനെയും മാനസികവും ശാരീരികവുമായ വ്യക്തിത്വത്തെയും അത്യന്തം

പ്രതികൂലമായി ബാധിക്കുന്നു. ഇതിനെല്ലാമെതിരായുള്ള നിശ്ശബ്ദത ഭഞ്ജിക്കാനും കുട്ടികൾക്കെതിരായുള്ള എല്ലാത്തരം അതിക്രമങ്ങളും അവസാനിപ്പിക്കാൻ മുൻകൈയെടുക്കുന്നതിനും സമൂഹം ഇനി ഒട്ടും അമാന്തിച്ചുകൂടാ എന്നാണ് യുണിസെഫ് ഇന്നത്തെ ലോക സാഹചര്യങ്ങളെ വിലയിരുത്തിക്കൊണ്ട് ഈ രേഖയിൽ ശക്തിയായി ആവശ്യപ്പെടുന്നത്. ഓരോ ജൂൺ ഒന്നിനും ആചരിക്കപ്പെടുന്ന ശിശുദിനവും നമ്മളിൽ നിന്നാവശ്യപ്പെടുന്നത് മറ്റൊന്നല്ല.

അഞ്ചാം ക്ലാസ് മുതൽ പ്രമോഷൻ പരീക്ഷ വീണ്ടും ആരംഭിക്കണമോ? വിദ്യാഭ്യാസാവകാശനിയമത്തിനുള്ള ഭേദഗതിയെക്കുറിച്ച്

രണ്ടായിരത്തിയൊൻപതിലാണ് ആറു വയസ്സുമുതൽ പതിനാലു വയസ്സുവരെയുള്ള രാജ്യത്തെ എല്ലാ കുട്ടികൾക്കും സൗജന്യവും നിർബ്ബന്ധിതവുമായ വിദ്യാഭ്യാസം നല്കുന്നതിനു വ്യവസ്ഥ ചെയ്യുന്ന "സൗജന്യവും നിർബ്ബന്ധിതവുമായ വിദ്യാഭ്യാസത്തിന് കുട്ടികൾക്കുള്ള അവകാശനിയമം" (2009 ലെ 35-ാം നമ്പർ നിയമം - The Right of Children to Free and Compulsory Education Act - RTE Act - 2009: Act No 55 of 2009) - ഇന്ത്യൻ പാർലമെന്റ് പാസാക്കിയത്. എട്ടുവരെയുള്ള ക്ലാസുകളിലെ കുട്ടികൾക്ക് പരീക്ഷകളെന്ന കടമ്പ കടക്കാതെ തന്നെ ഓരോ ക്ലാസുകളിൽ നിന്ന് അടുത്ത ക്ലാസിലേക്ക് ക്ലാസ് കയറ്റം ലഭിക്കാനുള്ള വ്യവസ്ഥ അടങ്ങുന്നതാണ് ഈ നിയമം. പരമാവധി കുട്ടികൾക്ക് പ്രാഥമിക വിദ്യാഭ്യാസം പൂർത്തിയാക്കാൻ അവസരം നല്കുന്നതും ഇന്ത്യൻ സാഹചര്യങ്ങളിൽ അനിവാര്യമെന്നുതന്നെ വിശേഷിപ്പിക്കാവുന്നതുമായ ഈ വ്യവസ്ഥ റദ്ദാക്കാൻ കേന്ദ്ര ഗവൺമെന്റ് ഉദ്ദേശിക്കുന്നതായി ഈയിടെ മാധ്യമങ്ങൾ റിപ്പോർട്ട് ചെയ്യുകയുണ്ടായി. (*ദി ഹിന്ദു* 11-08-2017 പേജ് 9 Single File - Failing India's children; അന്നേ ദിവസത്തെ പത്രാധിപക്കുറിപ്പ് 'Skill, don't details')

നമ്മുടെ ഭരണഘടനയുടെ 21-ാം അനുച്ഛേദത്തിനു താഴെ '21 എ' എന്നൊരു പുതിയ അനുച്ഛേദം കൂട്ടിച്ചേർത്ത് 2002 ൽ വരുത്തിയ ഭേദഗതിയെ (86-ാം ഭരണഘടനാ ഭേദഗതി) പിൻപറ്റിയാണ് ഏഴു വർഷത്തിനുശേഷം 'വിദ്യാഭ്യാസാവകാശ നിയമം' എന്ന ചുരുക്കപ്പേരിൽ അറിയപ്പെടുന്ന പ്രസ്തുത നിയമം പാസാക്കപ്പെടുന്നത്. നിരക്ഷരതയുടെ കാര്യത്തിൽ ലോകത്ത് ഒന്നാം സ്ഥാനത്തു നില്ക്കുന്ന നമ്മുടെ രാജ്യത്തെ ആ ദുഃസ്ഥിതിയിൽ നിന്നു കരകയറ്റാനും വളർന്നുവരുന്ന പുതുതലമുറ

കളുടെ നാനാരംഗങ്ങളിലെ കർമ്മശേഷി വർദ്ധിപ്പിക്കാനും ഉദ്ദേശിച്ചുള്ള തായിരുന്നു, വൈകി കൈക്കൊണ്ടതാണെങ്കിലും ആ നിയമനിർമ്മാണ നടപടി.

പരീക്ഷകളുടെ കടമ്പകൾ കടക്കാതെ എട്ടാം ക്ലാസ് വരെ കുട്ടികൾക്ക് ക്ലാസ് കയറ്റം നല്കുന്നതിനു നിഷ്കർഷിക്കുന്ന 'വിദ്യാഭ്യാസാവകാശ നിയമ'ത്തിലെ പ്രധാനവകുപ്പുകൾ ഒന്നു പരിശോധിക്കാം. 16-ാം വകുപ്പ് ഇങ്ങനെ നിർദ്ദേശിക്കുന്നു.

> സ്കൂളിൽ പ്രവേശിപ്പിക്കപ്പെട്ട ഒരു കുട്ടിയെയും പ്രാഥമിക-വിദ്യാഭ്യാസം പൂർത്തിയാകുന്നതുവരെ ഒരേ ക്ലാസിൽ തന്നെ (ഒന്നിലേറെ വർഷം) നിലനിർത്താനോ സ്കൂളിൽനിന്നു പുറത്താക്കാനോ പാടുള്ളതല്ല.

നിയമത്തിന്റെ 30-ാം വകുപ്പ് ഇങ്ങനെ വ്യവസ്ഥ ചെയ്യുന്നു:

> പ്രാഥമിക വിദ്യാഭ്യാസം പൂർത്തിയാകുന്നതുവരെ ഒരു കുട്ടിയെയും ഏതെങ്കിലും ബോർഡ് പരീക്ഷ പാസാക്കണമെന്നു നിർബ്ബന്ധിക്കാൻ പാടുള്ളതല്ല.

'പ്രാഥമിക വിദ്യാഭ്യാസം' എന്നതുകൊണ്ട് 'ഒന്നാം ക്ലാസു മുതൽ എട്ടാം ക്ലാസു വരെയുള്ള വിദ്യാഭ്യാസം' എന്നാണ് അർത്ഥമാക്കുന്നതെന്ന് നിയമത്തിന്റെ രണ്ടാംവകുപ്പിൽ തന്നെ വ്യക്തമാക്കിയിട്ടുണ്ട്. (വകുപ്പ് 2 (എഫ്) നിർവ്വചനങ്ങൾ)

ഒന്നാം ക്ലാസു മുതൽ എട്ടാം ക്ലാസ് വരെയുള്ള വിദ്യാഭ്യാസ കാലത്ത് പ്രമോഷൻ പരീക്ഷതന്നെ ആവശ്യമില്ലെന്നും ഏതെങ്കിലും പരീക്ഷ നടത്തുന്നുണ്ടെങ്കിൽ അതിൽ പാസായില്ലെന്നതിന്റെ പേരിൽ ആരുടെയും ക്ലാസ്കയറ്റം തടഞ്ഞുവയ്ക്കാതെ എല്ലാ കുട്ടികൾക്കും വർഷം തോറും ക്ലാസ് കയറ്റം നല്കണമെന്നുമാണല്ലോ ചുരുക്കത്തിൽ ഈ വകുപ്പുകൾ നിർദ്ദേശിക്കുന്നത്.

പ്രാഥമിക വിദ്യാഭ്യാസം രാജ്യത്തെ എല്ലാ കുട്ടികൾക്കുമെത്തിക്കുന്നതിന് നിയമം കേന്ദ്ര ഗവൺമെന്റുകളെയും സംസ്ഥാന ഗവൺമെന്റുകളെയും ബാദ്ധ്യതപ്പെടുത്തുന്നു. അതിനുവേണ്ട ധനസ്രോതസ് കണ്ടെത്തി മൂന്നു വർഷത്തിനകം കുട്ടിക്കു നടന്നെത്താവുന്ന സ്ഥലത്ത് അയൽപക്കസ്കൂളുകൾ രാജ്യത്താകമാനം സ്ഥാപിക്കാൻ നിർദ്ദേശിക്കുകയും ചെയ്യുന്നു. സ്കൂളുകളുടെ നടത്തിപ്പിന് തദ്ദേശ സ്ഥാപനങ്ങളെ നിയമം ചുമതലപ്പെടുത്തുന്നു. ദേശീയ കരിക്കുലം ചട്ടക്കൂട് തയ്യാറാക്കുക, അദ്ധ്യാപക പരിശീലനത്തിനുള്ള മാനദണ്ഡങ്ങൾ നിശ്ചയിക്കുക, സംസ്ഥാനങ്ങൾക്ക് സാങ്കേതിക-സാമ്പത്തിക പിന്തുണ നല്കുക എന്നിവ കേന്ദ്രത്തിന്റെ ചുമതലകളിൽ പെടുന്നു (വകുപ്പ് 6, 7).

സൗജന്യമായ നിർബ്ബന്ധപ്രാഥമിക വിദ്യാഭ്യാസം രാജ്യത്തെ ആറു

വയസ്സു മുതൽ 14 വയസ്സു വരെയുള്ള ഓരോ കുട്ടിക്കും നല്കാൻ നിയമം കേന്ദ്ര-സംസ്ഥാന സർക്കാരുകളെ ബാദ്ധ്യതപ്പെടുത്തുന്നു. സ്കൂളുകളിലെ ആഭ്യന്തര സൗകര്യങ്ങൾ, ആവശ്യത്തിന് അദ്ധ്യാപകർ (വ്യത്യസ്ത ക്ലാസുകളിലെ നിർദ്ദിഷ്ട വിദ്യാർത്ഥി-അദ്ധ്യാപക അനുപാതം നിലനിർത്തിക്കൊണ്ട്), അദ്ധ്യാപകർക്ക് പ്രത്യേക പരിശീലനം, കരിക്കുലം തീരുമാനിക്കൽ തുടങ്ങിയ വിവിധ വിഷയങ്ങളും നിയമം കേന്ദ്ര സംസ്ഥാന സർക്കാരുകളുടെ ബാദ്ധ്യതകളിൽ ഉൾപ്പെടുത്തി നിർദ്ദേശിക്കുന്നു. തദ്ദേശ സ്ഥാപനങ്ങളുടെ ചുമതലകളും നിയമം നിർവ്വചിക്കുന്നു. 2011 ൽ തന്നെ കേരളം ഈ നിയമമനുസരിച്ചുള്ള ചട്ടങ്ങളടങ്ങുന്ന വിശദമായ ഉത്തരവ് പുറപ്പെടുവിക്കുകയും നടപ്പാക്കുകയും ഉണ്ടായി.

കൂടുതൽ വിശദാംശങ്ങളിലേക്ക് ഇവിടെ കടക്കുന്നില്ല. ചുരുക്കത്തിൽ രാജ്യത്തെ എല്ലാ കുട്ടികൾക്കും നിർബ്ബന്ധവും സൗജന്യവും ഗുണമേന്മയുള്ളതുമായ വിദ്യാഭ്യാസം പ്രദാനം ചെയ്യുന്നതിന് കേന്ദ്ര സംസ്ഥാന സർക്കാരുകളെ ബാദ്ധ്യതപ്പെടുത്തുന്ന സമഗ്രമായ നിയമമാണ് വിദ്യാഭ്യാസാവകാശ നിയമം. ഭരണഘടന വാഗ്ദാനം ചെയ്യുന്ന മൗലികാവകാശങ്ങളുടെ പിന്തുണയുള്ളതിനാൽ ഈ നിയമം നടപ്പാക്കാൻ കേന്ദ്ര-സംസ്ഥാന ഗവൺമെന്റുകൾ ഭരണഘടനാപരമായിത്തന്നെ ബാദ്ധ്യതപ്പെട്ടുമിരിക്കുന്നു.

വിദ്യാഭ്യാസാവകാശ നിയമം പാസാക്കിയതിനുശേഷമുള്ള ഒരു ദശാബ്ദക്കാലത്ത് 3.5 ലക്ഷം സ്കൂളുകൾ രാജ്യത്ത് പുതുതായി സ്ഥാപിക്കപ്പെട്ടു. "സർവ്വശിക്ഷാ അഭിയാൻ" പരിപാടിയനുസരിച്ചാണ് ഇത്രയേറെ സ്കൂളുകൾ തുറന്നത്. അതോടെ, രാജ്യത്തെ ഗ്രാമീണ ജനതയുടെ 99 ശതമാനത്തിനും ഒരു കിലോമീറ്റർ ചുറ്റളവിനകത്ത് ഒരു പ്രൈമറി സ്കൂളെങ്കിലും ഉണ്ടെന്ന സ്ഥിതി വന്നു. സ്കൂളിൽ ചേരുന്ന കുട്ടികളുടെ എണ്ണത്തിലാകട്ടെ തൊണ്ണൂറ്റഞ്ചു ശതമാനം വർദ്ധനവാണ് ഈ കാലയളവിൽ ഉണ്ടായത്.

പരീക്ഷയുടെയും ക്ലാസ് കയറ്റത്തിന്റെയും കാര്യത്തിൽ ഇങ്ങനെയുള്ള മൃദുസമീപനം സ്വീകരിച്ചതിനുശേഷവും 2015 ൽ പ്രൈമറി ക്ലാസുകളിൽ നിന്നുള്ള കൊഴിഞ്ഞുപോക്ക് 4.3 ശതമാനവും സെക്കന്ററിതലത്തിലേത് 17 ശതമാനവും ആയിരുന്നു എന്ന് കാണാതിരുന്നുകൂടാ. മാനവവിഭവ ശേഷി മന്ത്രാലയം മുന്നോട്ടുവയ്ക്കുന്ന കണക്കാണിത്. അതേസമയം ബ്രൂക്കിങ്സ് ഇൻസ്റ്റിറ്റ്യൂട്ടെന്ന ഗവേഷണ സ്ഥാപനം പുറത്തുവിട്ട കണക്കനുസരിച്ച് അഞ്ചാം ക്ലാസ് വരെയുള്ള പഠനം പൂർത്തിയാക്കുന്നതിനുമുമ്പ് 43 ശതമാനം കുട്ടികളും കൊഴിഞ്ഞുപോകുന്നെന്നും കേവലം 42 ശതമാനം കുട്ടികൾ മാത്രമാണ് രാജ്യത്ത് ഹൈസ്കൂൾ വിദ്യാഭ്യാസം പൂർത്തിയാക്കുന്നത് എന്നുമാണ്. ഇടയ്ക്കുവച്ചു പഠനം നിർത്തിപ്പോന്ന കുട്ടികളിൽ 46 ലക്ഷം പേർ (76 ശതമാനം) പട്ടികജാതി പട്ടികവർഗ്ഗ വിഭാഗത്തിൽ പെട്ടവരാണെന്നും പ്രസ്തുത സ്ഥാപനത്തിന്റെ കണക്കുകൾ പറയുന്നു. രാജ്യസഭയിൽ മാനവവിഭവശേഷിവകുപ്പ് വച്ച

കണക്കനുസരിച്ച് രാജ്യത്ത് 60.164 ലക്ഷം കുട്ടികളാണ് സ്കൂളിൽ പോകാതുള്ളത്. നിരക്ഷര ജനങ്ങളുടെ എണ്ണത്തിലെന്നപോലെ ഇക്കാര്യത്തിലും ഒന്നാം സ്ഥാനത്താണ് ഇന്ത്യ നില്ക്കുന്നതെന്നാണ് നാം ഇതിൽ മനസ്സിലാക്കേണ്ടത്.

ആദിവാസി–തീരദേശ മേഖലകളൊഴിച്ചാൽ കേരളത്തിൽ സ്കൂൾ പ്രായമെത്തിയ എല്ലാ കുട്ടികളെയും സ്കൂളിൽ ചേർക്കുന്നുണ്ട്. മേൽപറഞ്ഞ പിന്നോക്ക മേഖലകളിലെ കുട്ടികളെയും സ്കൂളുകളിലേക്കാകർഷിക്കാൻ സംസ്ഥാനം 'ഗോത്രബന്ധു' പോലുള്ള പദ്ധതികൾ ആവിഷ്കരിക്കുകയും അതിന്റെ ഭാഗമായി ആ പ്രദേശങ്ങളിലെ ജനങ്ങൾ സംസാരിക്കുന്ന നാനാ ഗോത്രഭാഷകളിൽ പരിശീലനം നേടിയ അദ്ധ്യാപകരെ പ്രൈമറി സ്കൂളുകളിൽ (ഏകാദ്ധ്യാപക സ്കൂളുകളിൽ) നിയമിക്കാൻ തുടങ്ങുകയും ചെയ്തു കഴിഞ്ഞു. ഇങ്ങനെയൊക്കെ ആണെങ്കിലും ആ പ്രദേശങ്ങളിൽ പത്താം ക്ലാസ് വരെ എത്തുന്നത് അവരിൽ 30–40 ശതമാനം മാത്രമാണെന്ന് ഏതാനും വർഷം മുമ്പ് ശാസ്ത്രസാഹിത്യപരിഷത്ത് നടത്തിയ ഒരു സർവ്വെ കാണിക്കുകയുണ്ടായി. സമ്പൂർണ്ണ സാക്ഷരത കൈവരിച്ച കേരളത്തിൽ പോലും (കുട്ടികളുടെ വിദ്യാഭ്യാസകാര്യത്തിൽ നിർണ്ണായക സ്വാധീനം ചെലുത്തുന്ന സ്ത്രീ സാക്ഷരത 2011 ലെ കാനേഷുകുമാരിക്കണക്കനുസരിച്ച് 91.98 ശതമാനമാണ് കേരളത്തിൽ) 60–70 ശതമാനം കുട്ടികൾ പത്താംക്ലാസിലെത്തുന്നതിനു മുമ്പ് പല സമയത്തായി സ്കൂളിൽ നിന്ന് കൊഴിഞ്ഞു പോകുന്നെന്നാണ് ഇതു കാണിക്കുന്നത്. (പുതിയ പാഠ്യപദ്ധതി നടപ്പാക്കിയതിനുശേഷം ഈ സ്ഥിതിയിൽ എന്തെങ്കിലും മാറ്റമുണ്ടായോ എന്നതു സംബന്ധിച്ച കണക്കുകൾ ലഭ്യമല്ല.)

ഇന്ത്യ മൊത്തത്തിലെടുത്താൽ ഒട്ടും തൃപ്തികരമല്ലാത്ത ഈ സ്ഥിതിവിശേഷം കൂടുതൽ വഷളാക്കാനേ അഞ്ചുമുതൽ എട്ടുവരെ ക്ലാസുകളിലേക്കുള്ള ക്ലാസ് കയറ്റത്തിന് പ്രമോഷൻ പരീക്ഷ പാസായിരിക്കണമെന്ന പഴയ വിദ്യാഭ്യാസ സമ്പ്രദായത്തിലെ ചട്ടം തിരിച്ചുകൊണ്ടുവരാനുള്ള നീക്കം സഹായകമാകും. അതുകൊണ്ടാണ് 'സാർവ്വത്രികവും സൗജന്യവും നിർബ്ബന്ധിതവുമായ വിദ്യാഭ്യാസം' എന്ന ഉദാത്തമായ 'വിദ്യാഭ്യാസാവകാശ നിയമ' സങ്കല്പത്തിൽ വെള്ളം ചേർക്കുന്ന പുതിയ നീക്കത്തെ രാജ്യത്ത് കുട്ടികളെ സ്നേഹിക്കുന്നവർ എതിർക്കുന്നത്.

വിദ്യാഭ്യാസാവകാശനിയമം പാസാക്കി ഒരു പതിറ്റാണ്ടിലേറെ ആയിട്ടും അതിലെ വ്യവസ്ഥകൾക്കനുസരിച്ച് രാജ്യത്തെ വിദ്യാഭ്യാസ ക്രമത്തിൽ മാറ്റം വന്നിട്ടില്ലെന്ന സത്യം നിലനില്ക്കുന്നു. ഇന്നും മത്സരവും പരീക്ഷാവിജയവും മാർക്കുമൊക്കെത്തന്നെയാണ് രാജ്യത്തെ വിദ്യാഭ്യാസ ചട്ടക്കൂടിന്റെ നിയാമകഘടകങ്ങൾ. 'ജീവിതായോധനശേഷി (Life Skill) വർദ്ധിപ്പിക്കുകയാണ് വിദ്യാഭ്യാസംകൊണ്ടുനേടേണ്ടതെന്നും അത് എല്ലാ കുട്ടികളുടെയും അവകാശമാണെന്നും അംഗീകരിക്കാൻ വിദ്യാഭ്യാസരംഗത്തെ തലപ്പത്തുള്ളവർ ഇനിയും തയ്യാറായിട്ടില്ല.

രാജ്യത്തെ മൊത്തം ദേശീയോല്പാദനത്തിന്റെ (Gross Domestic Product) മൂന്നു ശതമാനത്തിൽ താഴെ മാത്രമാണ് ഇന്നും പ്രാഥമിക വിദ്യാഭ്യാസത്തിന് നീക്കിവയ്ക്കുന്നത്. വിദ്യാഭ്യാസാവകാശ നിയമത്തിലെ വാചാടോപങ്ങളും വാചകക്കസർത്തുകളും നിലനില്ക്കെത്തന്നെ, തകർന്നു വീഴാൻ തക്കം പാർത്തു നില്ക്കുന്ന സ്കൂൾ കെട്ടിടങ്ങളും വിണ്ടുകീറിയ ചുമരുകളും പൊട്ടിപ്പൊളിഞ്ഞ തറയുമുള്ള ക്ലാസ് മുറികളും പോലുള്ള, പ്രാഥമികാവശ്യങ്ങൾ ശുചിയായി നിർവ്വഹിക്കാനുള്ള സൗകര്യങ്ങൾ പോലുമില്ലാത്ത ഇടങ്ങളാണ് ഇന്നും രാജ്യത്തെ ബഹുഭൂരിപക്ഷം പൊതുവിദ്യാലയങ്ങളും. അവശ്യം വേണ്ട ക്ലാസ് മുറികളുടെയും പഠനോപകരണങ്ങളുടെയും ആകർഷകങ്ങളായ പാഠപുസ്തകങ്ങളുടെയും അഭാവം, പല ക്ലാസുകളിലേക്കും ചിലപ്പോൾ മൊത്തം സ്കൂളുകളിലേക്കും കൂടി കേവലം ഒരു അദ്ധ്യാപിക/അദ്ധ്യാപകൻ എന്ന നിലയിലുള്ള ഗുരുതരമായ അദ്ധ്യാപകക്ഷാമം, പരിശീലനമോ പുനഃപരിശീലനമോ ലഭിക്കാത്ത അദ്ധ്യാപകർ തുടങ്ങിയവയാണ് അവയിൽ നിലനില്ക്കുന്ന ദയനീയമായ സ്ഥിതിയുടെ സൂചകങ്ങൾ. അത്തരം വിദ്യാലയങ്ങളിൽ എത്തിപ്പെടുന്ന കുട്ടികൾ പ്രാഥമിക വിദ്യാഭ്യാസം പോലും പൂർത്തിയാക്കാതെ സ്വയമേവ പൊഴിഞ്ഞു പോകുന്നതിൽ എന്തുണ്ട് അത്ഭുതം, പോരെങ്കിൽ തങ്ങളുടെ കുട്ടികളെ വിദ്യാഭ്യാസത്തിൽ നിന്നു വിടർത്തി തൊഴിൽ രംഗത്തേക്ക് (വിശേഷിച്ചും കാർഷികരംഗത്തേക്ക്) കൊണ്ടുവന്നാൽ ജീവിതക്ലേശം കുറച്ചെങ്കിലും പരിഹരിക്കാനുള്ള കൂലി അവർ നേടുമല്ലോ എന്ന രക്ഷിതാക്കളുടെ ചിന്താഗതിയും കുറഞ്ഞ കൂലി നല്കിയാൽ മതിയെന്നതിനാൽ അത്തരം രക്ഷിതാക്കളെ പ്രോത്സാഹിപ്പിക്കുന്ന തൊഴിൽദായകരും കൊഴിഞ്ഞുപോക്കിനെ സഹായിക്കുന്നു. പെൺകുട്ടികളുടെ കാര്യത്തിൽ ഇത് ആൺകുട്ടികളെക്കാൾ കൂടുതൽ പ്രതികൂലമായി ബാധിക്കുന്നു. പെൺകുട്ടികൾ ഏതാനും വർഷം കഴിഞ്ഞാൽ മറ്റൊരു വീട്ടിലേക്ക് കയറ്റി അയയ്ക്കപ്പെടേണ്ടവർ. അവർക്കു വേണ്ടി പണം മുടക്കുന്നതുതുടരാൻ അവരുടെ അമ്മമാർപോലും അറയ്ക്കുന്നു. പെൺകുട്ടികൾക്കാണെങ്കിൽ ആൺകുട്ടികൾക്കു നല്കുന്നതിനെക്കാൾ കുറഞ്ഞ കൂലി നല്കിയാൽ മതി എന്നതിനാൽ തൊഴിലുടമകളും അവരെ പിന്തുണയ്ക്കുന്നു. ഇതാണ് ഗ്രാമങ്ങളിൽ വിശേഷിച്ചും സ്ഥിതി. (നഗരങ്ങളിലും സ്ഥിതി മെച്ചമല്ല)

അഞ്ചാം ക്ലാസുമുതലുള്ള കൊഴിഞ്ഞുപോക്കിന്റെ ആക്കം വർദ്ധിപ്പിക്കാൻ മാത്രമേ, ആ ക്ലാസു മുതൽ പ്രമോഷൻ പരീക്ഷ വീണ്ടും നിർബ്ബന്ധമാക്കാനുള്ള നീക്കം സഹായിക്കൂ എന്നതിൽ സംശയം വേണ്ട.

പുതിയ നീക്കം പെൺകുട്ടികളെ വിശേഷിച്ചും പ്രതികൂലമായി ബാധിക്കും. അവരുടെ വിദ്യാഭ്യാസത്തെ മാത്രമല്ല, അവരുടെ ജീവിതത്തെയാകെ ശൈശവവിവാഹങ്ങളും ശൈശവഗർഭധാരണങ്ങളും പെരുകാൻ ഇടയാക്കും. 'ബേടീ ബച്ചാവോ, ബേടീ പഢാവോ' എന്ന സർക്കാർ മുദ്രാവാക്യത്തിന്റെ കടയ്ക്കൽതന്നെ കത്തിവയ്ക്കും നിർദ്ദിഷ്ട ഭേദഗതി.

വൻതോതിലുള്ള വളർച്ചയുടെയും വികസനത്തിന്റെയും വാഗ്ദാനങ്ങൾ വാരിയെറിയുകയാണല്ലോ, ഇന്ന് കേന്ദ്രസർക്കാർ. അത്തരം വളർച്ചയ്ക്കും വ്യാവസായിക വികസനത്തിനും അനിവാര്യമാണ്, വിവിധ തൊഴിൽ തുറകളിൽ പരിശീലനം നേടിയ യുവതലമുറ. അത്തരമൊരു തലമുറ ഉണ്ടാകണമെങ്കിൽ, യാഥാർത്ഥ്യ ബോധമുള്ള ഒരു സർക്കാരാണെങ്കിൽ ചെയ്യേണ്ടത് എട്ടാംക്ലാസുവരെയുള്ള തടസ്സങ്ങളേതുമില്ലാതെ പ്രാഥമിക വിദ്യാഭ്യാസത്തിനുള്ള അവസരമൊരുക്കുകയും അതിൽത്തന്നെ അഞ്ചാം ക്ലാസു കഴിയുമ്പോൾ തുടർന്നുള്ള ക്ലാസുകളിൽ കുട്ടികൾക്ക് അവരുടെ അഭിരുചികളും പ്രാദേശികമായ ആവശ്യങ്ങളും കണക്കിലെടുത്ത് വിവിധ തൊഴിൽ തുറകളിൽ പരിശീലനം നല്കുകയാണ്. വിവിധ വികസിതരാജ്യങ്ങൾ അത്തരത്തിലുള്ള വിദ്യാഭ്യാസ നയമാണ് സ്വീകരിച്ചിട്ടുള്ളതെന്ന് പരിശോധനയിൽ കാണാനാവും. മറിച്ച്, എട്ടാം ക്ലാസുവരെയുള്ള വിദ്യാഭ്യാസത്തിനിടയ്ക്ക് തടസ്സങ്ങൾ സൃഷ്ടിക്കുന്നത് ഇന്നത്തെ തൊഴിലില്ലാപ്പടയെ വിപുലപ്പെടുത്താൻ മാത്രമേ സഹായിക്കൂ.

വിദ്യാഭ്യാസാവകാശനിയമം പ്രായാനുരൂപമായ സ്കൂൾ പ്രവേശനത്തെ ന്യായീകരിച്ചുകൊണ്ടു നടത്തിയിട്ടുള്ള പരാമർശം ഉദ്ധരിച്ച് ഈ ലേഖനം സമാപിപ്പിക്കാം.

> ഇത്തരം കുട്ടികൾക്ക് (ആറാമത്തെ വയസ്സിൽ ഒന്നാം ക്ലാസിൽ ചേരാൻ കഴിയാതെപോകുന്ന കുട്ടികൾക്ക് - ലേഖകൻ) പ്രായാനുരൂപമായ ക്ലാസുകളിൽ പ്രവേശനം അനുവദിക്കുന്നത്, അവരെ തങ്ങളെക്കാൾ പ്രായം കുറഞ്ഞ കുട്ടികൾക്കൊപ്പം പഠിക്കുക എന്ന അവമതിപ്പിൽ നിന്ന് രക്ഷിക്കാൻ സഹായകമാവും. പ്രായം കുറഞ്ഞ കുട്ടികളോടൊപ്പം പ്രായക്കൂടുതലുള്ള കുട്ടികൾ ഒരേ ക്ലാസിലിരിക്കുന്നത് രണ്ടാമതു പറഞ്ഞവർ പരിഹസിക്കപ്പെടാനും അവരെ ആത്മാഭിമാനം നഷ്ടപ്പെട്ടവരാക്കാനും ഇടയാക്കും. ഇത് അവരെ കൊഴിഞ്ഞുപോക്കിന് പ്രേരിപ്പിക്കും.

രാജ്യത്തെ എല്ലാ കുട്ടികൾക്കും പ്രാഥമിക വിദ്യാഭ്യാസം എന്ന മഹത്തായ ലക്ഷ്യം മുൻനിർത്തി പാസാക്കപ്പെട്ടതാണ് വിദ്യാഭ്യാസാവകാശ നിയമം. ഈ മഹത്തായ ലക്ഷ്യത്തിന്റെ അടിത്തറ തകർക്കാനേ അഞ്ചാം ക്ലാസുമുതല്ക്ക് പ്രമോഷൻ പരീക്ഷ നിർബ്ബന്ധമാക്കാനുള്ള, പഴഞ്ചൻ വീക്ഷണച്ചുവയുള്ള നിയമ ഭേദഗതി ഉപകരിക്കൂ.

ഓർമ്മ

ശങ്കരൻ മാസ്റ്റർ എന്നും കുട്ടികളുടെ കളിച്ചങ്ങാതി

ശങ്കരൻ മാസ്റ്റർ ഈ ലോകത്തോടു വിടപറയുന്നതിന് ഏതാനും ആഴ്ചകൾ മുമ്പാണ്. എറണാകുളത്ത് ലെനിൻ സെന്ററിൽ ബാലസംഘം ജില്ലാകമ്മിറ്റി കൂടുന്നു. ശങ്കരൻ മാസ്റ്റർക്ക് അസുഖം കൂടുതലാണെന്നും ഏറെനാൾ ആശുപത്രിയിലായിരുന്നെന്നും ബാലസംഘം സംസ്ഥാന ജോയിന്റ് കൺവീനർ അമ്മിണി ജോസ് പറഞ്ഞു. കോലഞ്ചേരി വരെ പോയി നേരിൽ കാണാൻ സമയമില്ല. ഫോണിൽ സംസാരിക്കുമോ എന്നു സംശയമാണ്. ആളെ തിരിച്ചറിയുമോ എന്നും. ഒന്നു പരീക്ഷിച്ചു നോക്കാം എന്നുവച്ച്. വിളിച്ചപ്പോൾ ഫോണെടുത്തത് ശങ്കരൻ മാസ്റ്റർ തന്നെ. ശബ്ദം കേട്ടപ്പോഴേ തിരിച്ചറിഞ്ഞു. രോഗവിവരം ഉൽക്കണ്ഠയോടെ അന്വേഷിച്ചപ്പോൾ, “ഇപ്പോൾ കുറെ സുഖമുണ്ട്. കുറച്ചുകാലംകൂടി നീട്ടിക്കിട്ടുമെന്നു തോന്നുന്നു” എന്ന് ഉത്സാഹത്തോടെയായിരുന്നു മറുപടി. താമസിയാതെ വന്നുകണ്ടുകൊള്ളാമെന്ന് പറഞ്ഞ് ഞാൻ ഫോൺ താഴെ വച്ചു. പക്ഷേ, അതിനിടയായില്ല. 2014 ഏപ്രിൽ 15 ന് ബാലസംഘം എറണാകുളം ജില്ലാ കൺവീനർ പി കെ സോമൻ ഫോൺചെയ്തു പറഞ്ഞു. ശങ്കരൻ മാസ്റ്റർ പോയി, ചിതയിലേക്കെടുക്കുന്നതിനു മുമ്പ് മാസ്റ്ററുടെ ഭൗതിക ശരീരം ഒന്നുകാണാൻപോലും നിർഭാഗ്യവശാൽ കഴിഞ്ഞില്ല.

എന്നാണ് ശങ്കരൻ മാസ്റ്ററെ ആദ്യം കാണുന്നത്, കൃത്യമായി ഓർമ്മയില്ല. 1984 ൽ ബാലസംഘത്തിന്റെ പറശ്ശിനിക്കടവ് ക്യാമ്പിൽ വച്ചായിരിക്കണം. തുടർന്നിങ്ങോട്ട് ബാലസംഘത്തിന്റെ എല്ലാ ക്യാമ്പുകളിലും സംസ്ഥാനസമ്മേളനങ്ങളിലും കമ്മിറ്റികളിലും കണ്ടുമുട്ടും. പലപ്പോഴും ഒന്നിച്ചായിരുന്നു താമസം. ഒരു മറവിക്കാരനായിരുന്നു ശങ്കരൻ മാസ്റ്റർ. താമസസ്ഥലം വിടുമ്പോൾ എന്തെങ്കിലുമൊക്കെ

മറന്നുവയ്ക്കും. അടുത്ത പ്രാവശ്യം കാണുമ്പോൾ കൊടുക്കാനായി ഞാനവ സൂക്ഷിച്ചുവയ്ക്കും. കൊണ്ടുക്കൊടുക്കുമ്പോൾ മാസ്റ്റർ തമാശയായി പറയും. താൻ കോണകം മറന്നിട്ടാലും നാരായണൻ മാഷ് അതുകൊണ്ടുതരുമെന്ന്.

കണ്ണൂരെ പറശ്ശിനിക്കടവ് ക്യാമ്പ്. കോഴിക്കോട്ടെ വട്ടോളി ക്യാമ്പ്, വയനാട്ടിലെ കുളവയൽ ക്യാമ്പ്. കാസർകോട്ടെ കരിവള്ളൂർ ക്യാമ്പ്. എറണാകുളത്തെ പപ്പൻചേട്ടൻ സ്മാരകഹാളിൽ നടന്ന സംസ്ഥാന ക്യാമ്പ്. കോട്ടയത്തെ തിരുവാർപ്പിലും കാസർകോട്ടെ വള്ളിക്കോത്തും പന്തളത്തെ കെ ടി ഡി സിയുടെ പടിപ്പുരയിലും നടന്ന വേനൽത്തുമ്പി ക്യാമ്പുകൾ എല്ലായിടത്തും ശങ്കരൻ മാസ്റ്റർ നിറസാന്നിദ്ധ്യമായിരുന്നു. ശങ്കരൻ മാസ്റ്റർ തന്നെ പറയുന്നു.

"കോട്ടയം തിരുവാർപ്പിലും കാഞ്ഞങ്ങാട്ട് വള്ളിക്കോത്തും പന്തളം കെ ടി ഡി സിയുടെ പടിപ്പുരയിലുംവച്ച് ഞാനെഴുതിയ തുള്ളൽപ്പാട്ടുകളും മാപ്പിളപ്പാട്ടുകളും വേനൽത്തുമ്പികൾ നന്നായി അവതരിപ്പിച്ചു. പന്തളത്തുവച്ച് ഞാനെഴുതിയ പുത്തൻ മാപ്പിളപ്പാട്ട് പിറ്റെ കൊല്ലം തിരുവനന്തപുരത്ത് കോൽക്കളിയായും അവതരിപ്പിച്ചു."

ശങ്കരൻ മാസ്റ്റർ തുടരുന്നു.

> പന്തളത്തു ചെന്നപ്പോൾ മാപ്പിളപ്പാട്ടില്ല. ക്യാമ്പിൽ വച്ച് എഴുതാൻ ക്യാമ്പ് ഡയറക്ടറും *ഗലീലിയോ* നാടകത്തിന്റെ സംവിധായകനുമായ പി ഗംഗാധരൻ സാർ ആവശ്യപ്പെട്ടു. രണ്ടു ദിവസം കൊണ്ടു തയ്യാറാക്കിയ പാട്ട് പട്ടാമ്പി ഗോപി ട്യൂൺ ചെയ്ത് ജീവത്താക്കി. സമാപനത്തിൽ ഗായകസംഘം അതു പാടിയപ്പോൾ ബാലസംഘത്തിന്റെ ജീവാത്മാവും പരമാത്മാവുമായിരുന്ന് ദീർഘകാലം പ്രവർത്തിച്ച ടി നാരായണൻ എന്ന വലിയ മനുഷ്യനും ഗംഗാധരൻ സാറും സംസ്ഥാന കൺവീനർ നാരായണദാസും. എന്റെ അടുത്തെത്തി അഭിനന്ദിച്ചു. അപ്പോൾ എന്റെ ജീവിതം ധന്യമായെന്നു തോന്നി.

വേനൽത്തുമ്പി കലാജാഥകൾക്കു വേണ്ടി ശങ്കരൻ മാസ്റ്റർ വഞ്ചിപ്പാട്ടുകളും തിരുവാതിരപ്പാട്ടുകളും മാപ്പിളപ്പാട്ടുകളും തുള്ളൽപ്പാട്ടുകളും എഴുതി. അത്തരം പാട്ടുകളിലൊന്നിൽ പുത്തൻ പാഠ്യപദ്ധതിയെ പിന്തുണച്ചുകൊണ്ട് ശങ്കരൻ മാസ്റ്റർ പാടി.

വിദ്യാലയമാം പുണ്യക്ഷേത്രം
പിള്ളേർക്കുത്സവമാക്കീടാൻ
അദ്ധ്യാപകരും നാട്ടാരും ചേർ–
ന്നാഹ്ലാദത്തിര തീർക്കുന്നു.
....
....

അഭിരുചി നോക്കി വളർത്താൻ
പുത്തൻ പദ്ധതിയവസരമേകുന്നു.

മറ്റൊന്നിൽ വിദ്യാഭ്യാസക്കച്ചവടക്കാരെ മാസ്റ്റർ കളിയാക്കി.

സ്കൂളുകൾ കലാലയങ്ങൾ പങ്കുവച്ചു വാങ്ങി
ഹിന്ദു മുസ്ലിം ക്രിസ്ത്യനെന്ന ഭേദചിന്തയുട്ടി
നേടിടും മതേതരത്വമെങ്ങനെയായിത്തീരും
പെരുത്ത പുസ്തകമെടുപ്പിച്ച് പണം പിടുങ്ങുന്ന വിദ്യ
അറിവുള്ളോരെല്ലാമരുതെന്നു ചൊല്ലുന്നതു
തുടരുന്നതെന്തേ?

വേനൽത്തുമ്പികൾക്കുവേണ്ടിത്തന്നെ എഴുതിയ മറ്റൊരു പാട്ടിൽ മാതൃഭാഷയിലുള്ള വിദ്യാഭ്യാസത്തെ ഉറച്ചു പിന്താങ്ങിക്കൊണ്ട് അദ്ദേഹം ഇങ്ങനെ എഴുതി.

"ജനിച്ച ഭാഷയിലല്ലാതാർക്കും
സ്വപ്നം കാണാൻ കഴിയില്ല;
മനസ്സിലോരോന്നാലോചിപ്പതു
സ്വന്തം ഭാഷയിലാണല്ലോ"

കുട്ടികളോട് ഇങ്ങനെ പറഞ്ഞു.

"അക്ഷരമറിയും മർത്ത്യനുനല്കാൻ
അക്ഷീണം നാം യത്നിക്കുന്നു
ഭാരതനാടു നിരക്ഷരരജ്ഞത
പേറി നടക്കുമ്പോൾ
പട്ടിണിയജ്ഞത തുടച്ചു നീക്കാൻ
ഒത്തു ശ്രമിക്കുന്നേ."

ഇത്തവണ വേനൽത്തുമ്പി കലാജാഥ ഉണ്ടായില്ല. അതിനുവേണ്ടി നടത്താനിരുന്ന ക്യാമ്പും വേണ്ടെന്നു വച്ചു. ഉണ്ടായിരുന്നാലും ശങ്കരൻ മാസ്റ്ററുടെ സാന്നിദ്ധ്യം അവിടെ ഉണ്ടാകുമായിരുന്നില്ല. ഇനിയൊരിക്കലും അത് ഉണ്ടാവുകയുമില്ല. ....

വേനൽത്തുമ്പിപ്പാട്ടെഴുത്തുകാരനോ ബാലസംഘം പ്രവർത്തകനോ മാത്രമായിരുന്നില്ലല്ലോ ശങ്കരൻ മാസ്റ്റർ. ദാരിദ്ര്യത്തിന്റെയും അമ്മയുടെ ലാളന കിട്ടാത്തതിന്റെയും (അമ്മ അഞ്ചാം വയസ്സിൽ മരിച്ചു) ദുഃഖങ്ങളുടെ നടുക്കു വളർന്ന അദ്ദേഹം നിശ്ചയദാർഢ്യംകൊണ്ടും കഠിനാദ്ധ്വാനംകൊണ്ടും പഠിത്തം പൂർത്തിയാക്കി. പഠിക്കുമ്പോൾ തന്നെ കമ്യൂണിസ്റ്റ് പ്രസ്ഥാനത്തിന്റെ അനുഭാവിയായി. ചെങ്കൊടിയേന്തി ഒറ്റയ്ക്ക് മുദ്രാവാക്യം വിളിച്ച് പാർട്ടിയോഗ സ്ഥലത്തേക്ക് പോയി. കള്ളക്കേസിൽ പ്രതി ചേർക്കപ്പെട്ട് 34 ദിവസം ആലുവ സബ് ജയിലിൽ കിടന്നു. കമ്പൗണ്ടറായി കിട്ടിയ സർക്കാരുദ്യോഗം പൊലീസ് വെരിഫിക്കേഷന്റെ പേരിൽ റദ്ദാക്കിയതിൽപിന്നെ 1961 ൽ സർക്കാർ

സ്കൂൾ അദ്ധ്യാപകനായി. ഹെഡ്മാസ്റ്ററായി പെൻഷൻ പറ്റി.

മികച്ച അദ്ധ്യാപകൻ, അദ്ധ്യാപക സംഘടനാ നേതാവ്, 73 ദിവസം നീണ്ട സംസ്ഥാന അദ്ധ്യാപക സർവ്വീസ് സംഘടനകളുടെ പണിമുടക്കിനെ ഭാര്യയുടെ കെട്ടുതാലി പണയം വച്ചും പങ്കെടുത്തു നയിച്ച, പണിമുടക്കിന്റെ പേരിൽ വീണ്ടും ജയിൽവാസവും നാലുതവണ സസ്പെൻഷനും കൈനീട്ടി വാങ്ങുകയും ഒളിവുജീവിതം നയിക്കുകയും ചെയ്ത ധീരൻ. നാട്ടിലെ കർഷകർക്ക് പുറമ്പോക്ക് പതിച്ചുകിട്ടുന്നതിനായും അവരെ കുടിയിറക്കുന്നതിനെതിരായും നടന്ന കർഷക സമരങ്ങളിലെ പോരാളി. ഐക്യകേരളപ്പിറവിയിൽ തുള്ളൽപ്പാട്ടവതരിപ്പിച്ച് ആഹ്ലാദജാഥ നടത്തിയ ഭാഷാഭിമാനി. ശാസ്ത്രസാഹിത്യപരിഷത്ത് നടത്തിയ ശാസ്ത്രകലാജാഥയിലെയും സാക്ഷരതാ കലാജാഥയിലെയും സജീവ പങ്കാളി. കഴിവുറ്റ ഗ്രന്ഥശാലാ പ്രവർത്തകൻ. നല്ലൊരു സഹകരണ സംഘം പ്രവർത്തകൻ- എത്ര സംഭവബഹുലമായ ജീവിതമാണ് ശങ്കരൻ മാസ്റ്റർ നയിച്ചത്...

എന്നാൽ, ബാലസംഘത്തിൽ തന്റേതായ ഇടം കണ്ടെടുത്തുകയായിരുന്നു ശങ്കരൻമാസ്റ്ററെന്ന് തോന്നിപ്പോകുന്നു. ഒരു നല്ല അദ്ധ്യാപകനായിരിക്കുകയും കുട്ടികളോടൊപ്പം കഴിയുന്നതിൽ എന്നും ആഹ്ലാദം കണ്ടെത്തുകയും ചെയ്ത അദ്ദേഹം ബാലസംഘത്തെ തന്റെ സ്വന്തം അരങ്ങായി കണ്ടെത്തിയതിൽ എന്തുണ്ട് അത്ഭുതപ്പെടാൻ?.

കുട്ടികളുടെ നടുക്കെത്തുമ്പോൾ ശങ്കരൻ മാസ്റ്റർ തന്നെത്തന്നെയും മറക്കും. അവരിലൊരാളാവും. വാർദ്ധക്യത്തിലും അവർക്ക് ഉച്ചത്തിൽ പാട്ടുപാടിക്കൊടുത്തു. അതിനെക്കാളുമുച്ചത്തിൽ അവരെക്കൊണ്ട് ഏറ്റുപാടിച്ചു. പാട്ടിനൊത്തു ചുവടുവച്ചു. അവരെക്കൊണ്ട് ചുവട് വയ്പിച്ചു. തിരുവാതിരപ്പാട്ടും വഞ്ചിപ്പാട്ടുമൊക്കെ അദ്ദേഹത്തിന് വഴങ്ങുമായിരുന്നു. എന്നാൽ, ഓട്ടൻതുള്ളലായിരുന്നു ശങ്കരൻ മാസ്റ്റർക്ക് ഏറെ പഥ്യം. അതിന്റെ ചടുലതയാവണം അദ്ദേഹത്തെ ആകർഷിച്ചത്. കുട്ടികൾക്കും ചടുലതയാണല്ലോ പഥ്യം.

എൺപതാം പിറന്നാളാഘോഷ സമയത്ത് പുറത്തിറങ്ങിയ സ്മരണികയിൽ ശങ്കരൻ മാസ്റ്റർ എഴുതി. "ഹൃദ്രോഗബാധ ഉണ്ടെങ്കിലും കുട്ടികളുടെ പരിപാടികളിൽനിന്നു വിട്ടുനില്ക്കാൻ കഴിയില്ല.'' കുട്ടികളുടെ കളിച്ചങ്ങാതിയായിത്തന്നെ തുടർന്നു ശങ്കരൻ മാസ്റ്റർ, ഈ ലോകം വിട്ടുപോകുംവരെയും.

നാളത്തെ തീപ്പാട്ടുകാർ

എൻ സുകന്യ

ചിണുങ്ങിനിന്ന മഴയത്ത് തിരുവനന്തപുരത്തെ മ്യൂസിയം വളപ്പിൽ ഒരു മരത്തിൻകീഴിൽ എഴുപതോളം കുട്ടികൾ ഒത്തുകൂടി. മൃഗശാലയിലെ ജീവജാലങ്ങളെ കണ്ട് പുറത്തുകടന്നവരായിരുന്നു അവർ. അല്പം മുമ്പ് കണ്ട മൃഗങ്ങളുടെയും പക്ഷികളുടെയും മുഖാകൃതിയിലുള്ള മുഖംമൂടി അണിഞ്ഞ് വരിവരിയായി അവർ മ്യൂസിയം വളപ്പിലെ വൃത്താകൃതിയിലുള്ള മണ്ഡപത്തിലേക്ക് നടന്നു നീങ്ങി. ആനയും മാനും സിംഹവും പുലിയും പട്ടിയും കഴുതയും പോത്തും കുരങ്ങനും താറാവുമൊക്കെ ആ കൂട്ടത്തിൽ ഉണ്ടായിരുന്നു. ഒരു ഞായറാഴ്ചയിലെ വൈകുന്നേരം ഉല്ലാസമായി ചെലവഴിക്കാനെത്തിയ കുടുംബങ്ങൾ അത്ഭുതത്തോടെ ആ ഘോഷയാത്ര നോക്കിനിന്നു.

"താതെയ്യം താതെയ്യം താതെയ്യം താരോ
താതെയ്യം താതെയ്യം താതെയ്യം താരോ
താതെയ്യം നാട്ടീന്നും തകതെയ്യം നാട്ടീന്നും
പാടിപ്പറന്നെത്തിയ കൂട്ടുകാരേ
നാളത്തെപ്പാടത്തെ
കൊയ്ത്തുകാരേ."

വട്ടത്തിലിരുന്ന് അവർ ഉറക്കെപ്പാടി.

"നാമിന്നു പാടുമീ തീപ്പാട്ടിൻ നാളങ്ങൾ
നാടെങ്ങും നീളെ പടർന്നിടട്ടെ
ഇരുളിന്റെ കോട്ടകൾ കത്തിജ്ജ്വലിക്കട്ടെ
പുതുവർണ്ണപ്പൂക്കൾ വിടർന്നിടട്ടെ

ഇരുളിന്റെ കോട്ട തകർക്കുവാൻ
വെട്ടത്തിൻ
ചുറ്റിക തീർക്കുവോർ നമ്മൾ."

ബാലസംഘത്തിന്റെ സംസ്ഥാനതലക്യാമ്പിൽ പങ്കെടുത്തെത്തിയ കൂട്ടുകാരായിരുന്നു അവർ.

ആലസ്യത്തോടെ ചാരുബെഞ്ചുകളിൽ ചാഞ്ഞിരുന്ന ജനങ്ങൾ മണ്ഡപത്തിന് ചുറ്റുംകൂടി. കുട്ടികളുടെ കൂടെ അവരും ഏറ്റുപാടി.

"എങ്ങെങ്ങനീതിതന്നട്ടഹാസങ്ങളും
ചങ്ങലക്കെട്ടുമുണ്ടോ
അങ്ങൊക്കെ സ്വാതന്ത്ര്യഗാഥ പാടീടുവാൻ
വന്നണഞ്ഞീടുവോർ നമ്മൾ
നാളത്തെപ്പാട്ടുകാർ നമ്മൾ
നാളത്തെ കൊയ്ത്തുകാർ നമ്മൾ."

ഉദ്ഘാടനം ഇങ്ങനെയും

പേരൂർക്കട ലോഅക്കാദമിയിൽവെച്ചു നടന്ന രണ്ടു ദിവസത്തെ ബാലസംഘം ക്യാമ്പ് അവിടെ അവസാനിക്കുകയായിരുന്നു. ആഗസ്ത് 4-ാം തീയതി രാവിലെയാണ് ക്യാമ്പ് ആരംഭിച്ചത്. സാധാരണ ക്യാമ്പുകളിൽനിന്ന് വ്യത്യസ്തമായ ഒരു ക്യാമ്പിന്റെ തികച്ചും പുതുമയാർന്ന ഉദ്ഘാടനം. മാർച്ച് പാസ്റ്റും സല്യൂട്ടുമൊക്കെ ഉണ്ടാകുമെന്ന് ധരിച്ച് അതിനൊക്കെ തയ്യാറായിവന്ന കുട്ടികൾ അന്തിച്ചുപോയി. അതിലേറെ അത്ഭുതപ്പെട്ടത് മുതിർന്നവരായിരുന്നു. കമിഴ്ത്തിവെച്ച മുഖംമൂടികളിൽനിന്നോരോന്നെടുത്ത് ക്യാമ്പിലെ അദ്ധ്യാപകർ കുട്ടികളുടെ മുഖത്തു വെച്ചു കെട്ടിയപ്പോൾ ചിലർക്കൊക്കെ നാണംവന്നു. ഇതരന്റെ മുഖം എന്താണെന്നറിഞ്ഞിട്ടും തന്റെ മുഖം എന്തുപോലാണെന്നറിയാൻ അവർ വെമ്പൽ കൊണ്ടു. ലാഅക്കാദമി വളപ്പിൽ വട്ടത്തിൽ കൂടിനിന്ന് ചുവടുവെച്ച് താതെയ്യം താതെയ്യം താതെയ്യം താരോ എന്നവർ ഈണത്തിൽ പാടി. ശാസ്ത്രസാഹിത്യപരിഷത്തിലെ കെ കെ കൃഷ്ണകുമാർ, മധു, രക്ഷാധികാരികളായ ജി രാധാകൃഷ്ണൻ, പി മോഹൻലാൽ, ടി നാരായണൻ, ഗോപിനാഥ് മാവുങ്കൽ എന്നിവരാണ് പാട്ട് ചൊല്ലിക്കൊടുത്തത്. താളം മുറുകി. ചുവടുകൾ ചടുലമായി.

'താതെയ്യം താരോ, താതെയ്യം താരോ
തകതെയ്യംതാരോ, തകതെയ്യം താരോ" അതായിരുന്നു ഉദ്ഘാടനം.

ക്യാമ്പിന്റെ ഉദ്ദേശലക്ഷ്യങ്ങളെക്കുറിച്ചും പ്രവർത്തനരീതിയെക്കുറിച്ചും ക്യാമ്പ് ഡയറക്ടർ ടി നാരായണൻ സംക്ഷിപ്തമായി വിവരിച്ചു. തുടർന്ന് കുട്ടികൾ ചുവപ്പ്, വെള്ള, കറുപ്പ്, നീല, പച്ച എന്നിങ്ങനെ അഞ്ചു ഗ്രൂപ്പുകളായി തിരിഞ്ഞു. തങ്ങൾക്കുവേണ്ടി നിശ്ചയിച്ച മുറികളിൽച്ചെന്ന് ഓരോ ഗ്രൂപ്പും ആദ്യമായി ചെയ്തത് ഗ്രൂപ്പ് ലീഡർമാരെ തെരഞ്ഞെടുക്കുകയാണ്. പിന്നെ അലങ്കോലപ്പെട്ടുകിടന്ന മുറികൾ അടുക്കി, അലങ്ക

രിക്കാൻ തുടങ്ങി. കാട്ടുപൂക്കളും ഇലകളും ചില്ലകളുമെല്ലാം അവർ ഉപയോഗിച്ചു. കപ്പത്തണ്ടുകൊണ്ട് മാലയുണ്ടാക്കി. കടലാസുകൊണ്ട് പല രൂപങ്ങളുണ്ടാക്കി. നിമിഷങ്ങൾക്കകം ആ മുറികളുടെയെല്ലാം രൂപം മാറി. ലാഅക്കാദമിയിലെ വലയും പൊടിയും നിറഞ്ഞ ക്ലാസ്മുറികൾക്ക് പുതുജീവൻ വീണു. അതിനിടെ അവർ പരസ്പരം പരിചയപ്പെട്ടു. കാസർകോട്ടുമുതലുള്ള എല്ലാ ജില്ലകളിൽനിന്നും വന്ന രക്ഷാധികാരികൾ അവരുടെ മുറികളിൽ ചുറ്റിനടന്ന് അവരുമായടുത്തിടപഴകി. ഉച്ചയ്ക്ക് നല്ലൊരു ഊണും അതിനുശേഷം അല്പം വിശ്രമവും.

വലിപ്പവും ചെറുപ്പവും: ഒരു ക്ലാസ്

രണ്ടു മണിയായപ്പോഴേക്കും മൈക്കിലൂടെ അവരെ വിളിച്ചു – ഓടിവരൂ, ഓടിവരൂ, മരച്ചുവട്ടിലേക്ക് ഓടിവരൂ. ക്ലാസെടുക്കാൻ സമയമായി, മരച്ചുവട്ടിൽ കൃഷ്ണകുമാർ ഇരുന്നു. ചുറ്റിലും കുട്ടികളും. ചുറ്റുമുള്ള വലുതും ചെറുതുമായ വസ്തുക്കളെക്കുറിച്ചും ഈ മഹാപ്രപഞ്ചത്തെക്കുറിച്ചും വളരെ രസകരമായി കൃഷ്ണകുമാർമാഷ് ക്ലാസെടുത്തു. ചെറിയ പാട്ടുകളിലൂടെ കുട്ടികളെ ഗ്യാലക്സികളുടെ വിശാലതയിലേക്കും പരമാണുവിനകത്തെ സൂക്ഷ്മതയിലേക്കും കൊണ്ടുചെന്നു.

'കടലിന്റെ തീരത്തെ പഞ്ചാരമണലിന്റെ
തരിയെണ്ണി തരിയെണ്ണി നാം തളർന്നു.
കടലിന്റെ പാത്രത്തിലെത്ര കുടം വെള്ളം
അറിയില്ലിതുവരെ ആർക്കുമാർക്കും.'

പ്രകൃതിയുടെ അമ്പരപ്പിക്കുന്ന അപാരത കുട്ടികളുടെ മനക്കണ്ണുകളിൽ വിരിഞ്ഞു.

'കുഞ്ഞനുറുമ്പിന്റെ മൂക്കിന്റെ തുഞ്ചത്തെ
മീശരോമത്തേക്കാൾ ചെറുതെന്തുണ്ട്?'

പരമാണുവിനകത്തെ മഹാത്ഭുതങ്ങളിലേക്ക് അവരുടെ ഭാവന നിഷ്പ്രയാസം കടന്നുചെന്നു.

'ചലനം ചലനം സർവ്വത്ര
നിശ്ചലമെന്നൊന്നില്ലത്രെ.'

പ്രകൃതിയുടെ സാരസർവ്വസ്വമായ ചലനത്തെയും ജീവപ്രപഞ്ചത്തിന്റെ പരിണാമങ്ങളെയും സമൂഹത്തിലെ അനിവാര്യമായ മാറ്റങ്ങളുമായി കോർത്തിണക്കിക്കൊണ്ടാണ് കൃഷ്ണകുമാർ മാഷ് ക്ലാസ് അവസാനിപ്പിച്ചത്.

പിന്നീട് ഒരു മണിക്കൂർ 'പ്രോജക്ട് വർക്ക്' ആയിരുന്നു. പരിമിതമായ പ്രോജക്ടുകളെ അവിടെ തയ്യാറാക്കാൻ കഴിഞ്ഞിരുന്നുള്ളൂ. എങ്കിലും അവതന്നെ കുട്ടികളുടെ മനം കവർന്നു. കടലാസും ചായവും കൈയിലെടുത്തപ്പോൾ അവരിൽ പലരുടെയും ഭാവന ചിറകുവിടർത്തി. ക്ലാഞ്ഞിൽ (തെങ്ങിൻപൂക്കുലയുടെ തണ്ട്) കൊണ്ടുണ്ടാക്കിയ ബ്രഷുപയോഗിച്ച് നിറം പകർന്നു. ആഞ്ഞു വീശുന്ന ചുഴലിക്കാറ്റും കൊച്ചുവീടും

ഉദിച്ചുയരുന്ന സൂര്യനും അവർ വരച്ചു. ചിലർ നല്ല പോസ്റ്ററെഴുത്തുകാരാണ്. ഉരുളക്കിഴങ്ങിലും മരിച്ചീനിയിലും വിവിധ രൂപമാതൃകകൾ ഉണ്ടാക്കി. കടലാസുകൊണ്ട് കപ്പൽ, വിമാനം, റോക്കറ്റ് എന്നിവയും ഓലകൊണ്ട് പന്ത്, പീപ്പി, കുട എന്നിവയും ഉണ്ടാക്കി. ഓറിഗാമി എന്നാണ് ഈ കലയെ വിളിക്കുക. വിവിധ വർണ്ണങ്ങളിലുള്ള ത്രികോണാകൃതിയിലുള്ള കാർഡുകൾ ഉപയോഗിച്ച് അസംഖ്യം ഡിസൈനുകൾ ഉരുത്തിരിഞ്ഞു. കോൺക്രീറ്റുകൊണ്ട് പണിതതും പുല്ലുമേഞ്ഞതുമായ വീടുകളുടെ മാതൃകകൾ അവർ നോക്കിപ്പഠിച്ചു. ആവശ്യത്തിനുപകരണങ്ങൾ നല്കാൻ കഴിഞ്ഞിരുന്നെങ്കിൽ അത്തരം വീടുകൾ അവർ പുനഃസൃഷ്ടിച്ചേനെ. ചിലർ വായനയിൽ മുഴുകി. കാർഡ്ബോർഡ് വെട്ടി, ചായങ്ങളും ഗിൽറ്റുമുപയോഗിച്ച്, ചിലർ കിരീടങ്ങളുണ്ടാക്കി. സമയം തീർന്നിട്ടും അവർക്കവിടം വിട്ടുപോരാൻ മനസ്സില്ലായിരുന്നു.

പിന്നെ കളിയായിരുന്നു. ഗോപിനാഥ് മാവുങ്കൽ കൃഷിയെപ്പറ്റിയുള്ള ഒരഭിനയഗാനം പഠിപ്പിച്ചു. കുട്ടികൾ ചുവടുവെച്ച് മുന്നോട്ടു നീങ്ങി. എതിർവശത്തുള്ളവരോട് ചോദിച്ചു.

"നിങ്ങളുടെ നാട്ടിലിപ്പോളെന്തു പണിയാണെടോ" എതിർവശത്തുള്ളവർ ചുവടുവച്ച് പാടി.

"ഞങ്ങളുടെ നാട്ടിലിപ്പോളുഴവു പണിയാണെടോ." അപ്പോൾ ചോദ്യം.

"ഉഴവു പണിയെങ്ങനെ പിന്നെ എങ്ങനെ പിന്നെ എങ്ങനെ." ഉടൻ വന്നു ആംഗ്യം കാണിച്ചുകൊണ്ട് മറുവശക്കാരുടെ മറുപടി:

"ഉഴവുപണിയിങ്ങനെ പിന്നെ
ഇങ്ങനെ പിന്നെ ഇങ്ങനെ."

ഉഴവുപണിയിൽനിന്ന്, കട്ടതല്ലലിലേക്കും വിത്തുവിതയിലേക്കും ഞാറുനടീലിലേക്കും വളം ചേർക്കലിലേക്കും കൊയ്ത്തിലേക്കും ഗാനത്തോടൊപ്പം ചുവടുകളും വളർന്നു. പെൺകുട്ടികളാണ് ഈ കളികളിൽ മികവ് കാട്ടിയത്.

സുരേന്ദ്രനാഥും മധുവും ചേർന്ന് അന്നും പിറ്റേന്നും പഠിപ്പിച്ച കളികളെല്ലാം കായികവും മാനസികവുമായ ഉല്ലാസത്തിന് മാത്രമല്ല, വ്യക്തിത്വത്തിന്റെ വികാസത്തിനുകൂടി ഉതകുന്നവയായിരുന്നു. ഉദാഹരണത്തിന് 'തുരുത്തു' കളി. പെട്ടെന്നുണ്ടാകുന്ന ഒരു പ്രതിസന്ധിയിൽ ഒരു ആൾക്കൂട്ടം എങ്ങനെ പ്രവർത്തിക്കുന്നു എന്ന് പഠിക്കാനും. നേരത്തെ പ്ലാൻ ചെയ്യാൻ സാധിച്ചാൽ എങ്ങനെ ഫലപ്രദമായി ആ പ്രതിസന്ധിയെ കൂട്ടായ്മയോടെ തരണം ചെയ്യാമെന്ന് മനസ്സിലാക്കാനും 'തുരുത്തു'കളി പ്രയോജനപ്പെട്ടു. പാറയിൽത്തട്ടി നടുക്കടലിൽ ആണ്ടുകൊണ്ടിരിക്കുന്ന ഒരു കപ്പലിലാണ് കുട്ടികളെല്ലാവരും. തൊട്ടടുത്ത് ഒരു കൊച്ചു പാറയുണ്ട്. ജലപ്പരപ്പിന് മുകളിൽ അതുയർന്നു നില്ക്കുന്നു. ആ പാറയിലേക്ക് ചാടി രക്ഷപ്പെട്ടുകൊള്ളാൻ കുട്ടികൾക്ക് നിർദ്ദേശം കിട്ടി. എല്ലാവരുമൊന്നിച്ചെടുത്തു ചാടി. മരണത്തിൽനിന്ന് രക്ഷപ്പെടാനുള്ള വെപ്രാളം. പൊത്തിപ്പി

ടുത്തവും കെട്ടിമറിച്ചിലും. കുട്ടികൾ മീതേക്കു മീതെ വീണു. താഴെയുള്ളവർ മുകളിൽ വീണവരെ തള്ളിമാറ്റി. പകുതിയിലേറെപ്പേർ നടുക്കടലിൽ.

ഒന്നുകൂടി കളി ആവർത്തിച്ചു. ഇത്തവണ രക്ഷപ്പെടൽ തന്ത്രം ആസൂത്രണം ചെയ്യാൻ രണ്ട് മിനിറ്റ് സമയം നല്കി. ചില പ്ലാനുകളൊക്കെ ഉണ്ടായി. പക്ഷേ, പാറയിലേക്കെടുത്തു ചാടിയപ്പോൾ അവ കുറേയൊക്കെ തകരാറായി. എന്നാലും സ്ഥിതി മുൻതവണത്തെക്കാൾ മെച്ചം തന്നെ. ഒരിക്കൽക്കൂടി കളി ആവർത്തിച്ചാൽ എല്ലാവർക്കും രക്ഷപ്പെടാൻ പറ്റുമെന്ന് കുട്ടികൾക്ക് ബോദ്ധ്യമായി. സുരേന്ദ്രനാഥിന്റെ മാസ്മരശക്തിയുള്ള നോക്കും വാക്കും തങ്ങൾ നടുക്കടലിലാണെന്നും, അടുത്തു വിരിച്ചിരിക്കുന്ന തുണി രക്ഷപ്പെടാനുള്ള പാറയാണെന്നും ഉള്ള പ്രതീതി കുട്ടികളിൽ നിഷ്പ്രയാസം ഉളവാക്കുകയും ഉണ്ടായി.

പൊതിയഴിച്ചാൽ ഒരു സമ്മാനം

പിന്നെ, സംഗീതപ്പൊതി, ഇടവിട്ടുയരുന്ന പാട്ട്, പാട്ട് കേട്ടുകൊണ്ടിരിക്കുമ്പോൾ പൊതി കൈമാറിക്കൊണ്ടേ ഇരിക്കണം. പാട്ട് നിന്നാൽ കെട്ടഴിക്കാം. കടലാസ് കീറാതെ പൊതി തുറക്കണം. പൊതി തുറന്നാൽ പിന്നെയും പിന്നെയും പൊതികളും കെട്ടുകളും തന്നെ. കുട്ടികൾക്ക് ഹരം മുറുകി. ഒടുവിൽ അവസാനത്തെ പൊതിയഴിച്ച ഭാഗ്യശാലിയായ കുട്ടിക്ക് ഒരു മിഠായി! കുട്ടികൾക്ക് സന്തോഷവും സങ്കടവും ഒന്നിച്ച്. ക്ലിപ്തസമയത്തിനകത്ത് ജോലി ചെയ്തുതീർക്കാനുള്ള കഴിവ് വർദ്ധിപ്പിക്കുന്നതാണ് സംഗീതപ്പൊതി.

നയിക്കാനും നയിക്കപ്പെടാനും

കുട്ടികളിലെ നേതൃത്വഗുണവും നയിക്കാനും നയിക്കപ്പെടാനുമുള്ള സഹജവാസനയും പരീക്ഷിക്കുന്ന കളിയായിരുന്നു, കുരുടനെ നയിക്കൽ, കുട്ടികൾ ഓരോരുത്തരും മറ്റൊരാളെ സ്വന്തം കൂട്ടുകാരനായി തെരഞ്ഞെടുത്തു. ഒരാൾ കണ്ണടയ്ക്കണം. അയാളെ മറ്റയാൾ അഞ്ചു മിനിട്ടുനേരത്തേക്ക് ഇഷ്ടമുള്ളിടത്തുകൂടിയെല്ലാം കൊണ്ടുപോകും. കുണ്ടിൽച്ചാടിക്കാം, കുന്നിൽ കയറ്റാം, ചെളിയിലിറക്കാം, മുള്ളിലൂടെ നടത്താം, വേണമെങ്കിൽ മുമ്പിലുള്ള ആപത്തുകളെക്കുറിച്ച് സൂചനകൾ നല്കാം. പക്ഷേ, മിണ്ടരുത്. അഞ്ചു മിനിട്ടു കഴിഞ്ഞപ്പോൾ ആദ്യം കണ്ണടച്ചയാൾ കണ്ണു തുറക്കുകയും മറ്റേയാളെ നയിക്കുകയും ചെയ്തു. എല്ലാവരും തിരിച്ചെത്തി. സ്വന്തം അനുഭവങ്ങൾ തുറന്നുപറഞ്ഞു. ആരും ഒന്നും ഒളിച്ചുവച്ചില്ല. ഒരു കാര്യം വ്യക്തമായി. ചിലർക്ക് നയിക്കുന്നതാണ് ഇഷ്ടം. മറ്റു ചിലർക്കോ നയിക്കപ്പെടുന്നതും, ഇനിയും ചിലർക്ക് എല്ലാവരും കണ്ണു തുറന്നിരിക്കുന്നതും.

സന്ദേശങ്ങൾ കൈമാറുമ്പോൾ

ഇനിയുമൊരു കളി ഇങ്ങനെയായിരുന്നു. സുരേന്ദ്രനാഥ് ഒരു സംഭവം ആംഗ്യങ്ങളിലൂടെ വർണ്ണിച്ചു. രാവിലെ ഉറക്കമെണീറ്റ് മേശ തുറന്ന് തപ്പി, ബ്രഷും പേസ്റ്റുമെടുത്ത്, തോർത്തെടുത്ത് തോളിലിട്ട് കിണറ്റിൻകരയിലേക്ക് പോകുന്നു. വെള്ളം കോരി പകർന്നുവെച്ച്, പല്ലുതേച്ച് നാക്കുവടിച്ച്, മുഖം കഴുകിത്തുടച്ച് തിരികെ വരുന്നു. ഇതാണ് സംഭവം. ആംഗ്യത്തിലൂടെ ഈ സംഭവം അനുകരിക്കാൻ തെരഞ്ഞെടുക്കപ്പെട്ട ആറു കുട്ടികളിൽ ഒരാൾ ഇതു മുഴുവൻ സശ്രദ്ധം വീക്ഷിച്ചുകൊണ്ടു നില്ക്കുകയാണ്. മറ്റഞ്ചുപേരെ വളരെ ദൂരേക്ക് മാറ്റിനിർത്തിയിരിക്കുന്നു. ഒന്നാമത്തെ കുട്ടി തനിക്കു മനസ്സിലായ രീതിയിൽ സംഭവം ആംഗ്യഭാഷയിൽ വർണ്ണിച്ചു. മാറ്റിനിർത്തപ്പെട്ടവരിലൊരാൾ അതു കാണാനുണ്ടായിരുന്നു. തുടർന്ന് അയാൾ, അതിനെത്തുടർന്ന് മറ്റുള്ളവരും ഓരോരുത്തരായി. സംഭവം വ്യക്തികളിൽനിന്ന് വ്യക്തികളിലേക്ക് പകർന്നപ്പോൾ വൈചിത്ര്യവും വൈവിദ്ധ്യവുമാർന്നു. കാഴ്ച കണ്ടിരുന്ന കുട്ടികളും മുതിർന്നവരും ആർത്തു ചിരിച്ചു. തുടക്കത്തിൽത്തന്നെ മേശ തപ്പൽ ടൈപ്പ് റൈറ്റിങ് ആയി മാറി. കുറച്ചു കഴിഞ്ഞപ്പോൾ അത് വിരലുകളുടെ അർത്ഥശൂന്യമായ ചലനമായി മാറി. ഒരാൾ കളഞ്ഞുപോയ മോതിരം തെരഞ്ഞുപിടിക്കുന്നതായി നടിച്ചു. മറ്റൊരാൾ ഭ്രാന്തനായി അഭിനയിച്ചു. ഇനിയുമൊരാൾ പുല്ല് കടിച്ചു ചവയ്ക്കുന്നതായി സംഭവത്തെമാറ്റി. ഒരു സന്ദേശം ഉൾക്കൊള്ളുന്നതിലും കൈമാറുന്നതിലും വരുന്ന തകരാറുകൾ, അതിന്റെ ഫലമായി ആ സന്ദേശത്തിന്റെ അർത്ഥത്തിൽ വരുന്ന മാറ്റവും വൈപുല്യവും വൈരുദ്ധ്യവും ഇവയ്ക്കെതിരെ പുലർത്തേണ്ട ജാഗരൂകത – ഇതൊക്കെ പഠിപ്പിക്കുന്നതായിരുന്നു ഈ കളി. മുതിർന്നവർ പോലും കളിച്ചുപഠിക്കേണ്ട ഒരു കളി. ഗൗരവസ്വഭാവമുള്ള ഈ കളികൾക്കിടയ്ക്ക് തൊപ്പികളി, കെട്ടുകളി തുടങ്ങിയ ഉല്ലാസകരങ്ങളായ കൊച്ചുകളികളും ഉണ്ടായിരുന്നു.

മുതിർന്നവർ കഥ പറയുന്നു

നേരം ഇരുട്ടിയതോടെ കളികൾ അവസാനിച്ചു. തളർന്ന കൂട്ടുകാരെ ചൂടുള്ള മരിച്ചീനിയും ചായയും കാത്തിരിക്കുന്നുണ്ടായിരുന്നു. പിന്നെ കഥ പറച്ചിൽ, ക്യാമ്പിൽ കുട്ടികളോട് ഇഴുകിച്ചേർന്ന രക്ഷിതാക്കളാണ് കഥ പറഞ്ഞത്– പ്രൊഫ. എം കെ ഗംഗാധരൻ, എ ആർ ചിദംബരം, സുരേന്ദ്രനാഥ്, ടി രാധാമണി, ഗോപിനാഥ് മാവുങ്കൽ, സതീശൻ, കൂട്ടത്തിൽ ഞാനുമൊരു കഥ പറഞ്ഞു. കഥ കേട്ടിട്ടും കേട്ടിട്ടും കുട്ടികൾക്ക് തൃപ്തിയായില്ല. പക്ഷേ, നേരം പോയതുകൊണ്ട് കഥ നിർത്തി സിനിമയാരംഭിച്ചു. ആനപിടുത്തത്തിന്റെയും പരിശീലനത്തിന്റെയും കഥയാണ് ആദ്യം അവതരിപ്പിച്ചത്. ജീവിവർഗ്ഗങ്ങളിൽ ഒന്ന് മറ്റൊന്നിനൂണായി. പ്രകൃതിയുടെ സന്തുലിതാവസ്ഥ നിലനിർത്തുന്നതു ചിത്രീകരിക്കുന്ന ഒരു കനേഡിയൻ ചിത്രമായിരുന്നു അടുത്തത്. ഒടുവിൽ കേരള വനംവകു

പ്പിന്റെ ഒരു പ്രചാരണ ചിത്രവും.

തുടർന്ന് വിഭവ സമൃദ്ധമായ ഊണും രാവേറെ ചെല്ലുന്നതുവരെ നീണ്ടുനിന്ന കുട്ടികളുടെ കലാപരിപാടികളും, ലളിതഗാനം, ശാസ്ത്രീയ സംഗീതം, മാപ്പിളപ്പാട്ട്, മിമിക്രി, മോണോആക്ട്, വിപ്ലവഗാനങ്ങൾ.. നന്നെ നിർബ്ബന്ധിച്ചാണ് പാതിരാവായപ്പോൾ കുട്ടികളെ ഉറങ്ങാൻ പറഞ്ഞയച്ചത്.

പിറ്റേന്ന് അഞ്ചരമണിക്ക് പിരപ്പൻകോട് മുരളി രചിച്ച പ്രഭാതഭേരി കേട്ടുകൊണ്ടാണ് കുട്ടികൾ ഉണർന്നത്. പ്രഭാതകൃത്യങ്ങൾ കഴിഞ്ഞ് വ്യായാമം കൃത്യം 6.30 ന് ആരംഭിച്ചു. വ്യായാമം ചെയ്യിച്ചത് ഡ്രിൽ മാസ്റ്റർമാരൊന്നുമല്ല. പന്ത്രണ്ട് വയസ്സുള്ള 'സമർ' എന്നു കൊച്ചുകുട്ടിയുടെ ആജ്ഞയനുസരിച്ച് ശരീരം വളയ്ക്കുകയും കുനിക്കുകയും ചെയ്തു. രക്ഷിതാക്കളും കുട്ടികളും ഒരുപോലെ. ലാ അക്കാദമി നില്ക്കുന്ന കുന്നിൻമുകളിലേക്ക് കുട്ടികളും കുടവയറും കുലുക്കി എസ് രാമചന്ദ്രൻപിള്ള ഉൾപ്പെടെയുള്ള രക്ഷാധികാരികളും ഓടിക്കയറി. അവിടെനിന്ന് തിരിച്ചുമോടി. തളർച്ച തീർക്കാൻ ചുക്കും കുരുമുളകുമിട്ട കരുപ്പട്ടിക്കാപ്പി.

മനുഷ്യൻ മനുഷ്യനായ കഥ

പിന്നെ കളി. ഭക്ഷണം, കൃത്യം ഒമ്പതുമണിക്ക് സമൂഹത്തെക്കുറിച്ചുള്ള ക്ലാസ് ആരംഭിച്ചു. കൃഷ്ണകുമാർ മാഷ് അവസാനിപ്പിച്ചിടത്തുനിന്ന് സുധാകരൻ സാർ ആരംഭിച്ചു. ഭൂമിയുടെ ഉല്പത്തി, ജീവന്റെ ആരംഭം, അമീബയിൽനിന്നും മനുഷ്യൻ വരെയുള്ള പരിണാമം– ഒരു കഥ പറയുമ്പോലെ സുധാകരൻ സാർ ഈ മാറ്റങ്ങൾ ചുരുക്കി വർണ്ണിച്ചു. പിന്നെ മനുഷ്യന്റെ വളർച്ചയുടെ ആദ്യഘട്ടം.

'പണ്ടൊരുകാലം മനുഷ്യർ കാട്ടിൽ
മൃഗങ്ങളായിരുന്നു
മഴയും മഞ്ഞും വെയിലും
കൊണ്ടവർ
മൃഗങ്ങളായി നടന്നു.
പഴങ്ങൾ, തേടിനടന്നു,
മൃഗങ്ങൾ തേടിനടന്നു.
തിന്നാൻ മൃഗങ്ങൾ തേടി നടന്നു.

മനുഷ്യന്റെ പിന്നീടുള്ള വളർച്ചയെപ്പറ്റി ക്ലാസ്സെടുത്തത് ടി നാരായണനായിരുന്നു. അടിമകളുടെ കഥ, അടിയാന്മാരുടെ കഥ, ആധുനിക യുഗത്തിന്റെ കഥ. സ്പാർട്ടാക്കസ്സിനെ അനുസ്മരിച്ചുകൊണ്ട് കുട്ടികൾ പാടി.

"ശൂലങ്ങൾ നീളവെ, ചാട്ടവാർ പുളയവെ
മാടുകൾക്കൊപ്പം പണിയെടുത്തു

അടിമകൾ മാടുകൾക്കൊപ്പം
പണിയെടുത്തു
....
....
മേലാൾക്കു മേൽഗതി നല്കുന്ന ദേവിക്കു
ചോര നല്കീടാൻ കഴുത്തു നീട്ടി
അടിമകൾ, ചോര നല്കീടാൻ കഴുത്തുനീട്ടി.
അടിയാന്മാരുടെ ഉത്സാഹത്തിമിർപ്പ്, അവർ ഇങ്ങനെ പാട്ടാക്കി.
'മലവെട്ടി, തിന വിതച്ചു
വയലുഴുതു, വിത്തിട്ടു
നിറപൊലി, കതിർപൊലി
പൊലി പൊലിയേ,
പൊലി പൊലിയേ
പക്ഷേ...........
'പൊലിയെല്ലാം പടിക്കലേക്ക്
തമ്പ്രാന്റെ പടിക്കലേക്ക്'

ആധുനികയുഗത്തിലേക്ക് മുന്നേറിയ മനുഷ്യന്റെ കഥ മുഴുമിപ്പിക്കാൻ തകർത്ത് പെയ്ത മഴ സമ്മതിച്ചില്ല.

വിലയിരുത്തൽ

അന്ന് ഉച്ചയൂണു കഴിഞ്ഞ് കുട്ടികൾ ക്യാമ്പിലെ അനുഭവങ്ങളെക്കുറിച്ച് ചർച്ച ചെയ്യാൻ തങ്ങളുടെ മുറികളിൽ ഗ്രൂപ്പു തിരിഞ്ഞ് ഒത്തുകൂടി. മഴ മാറിയപ്പോൾ വീണ്ടും മരച്ചുവട്ടിൽ എല്ലാവരും ഒന്നിച്ചുകൂടി കുട്ടികളും രക്ഷാധികാരികളും മറ്റു രക്ഷിതാക്കളും സ്വാഗത സംഘാംഗങ്ങളുമെല്ലാം. ഓരോ ഗ്രൂപ്പിനെയും പ്രതിനിധീകരിച്ച് ഒന്നോ രണ്ടോ പേർ സംസാരിച്ചു. കുട്ടികളെല്ലാം ഒരേ സ്വരത്തിൽ പറഞ്ഞു– ഇത്ര രസകരമായ ഒരു ക്യാമ്പിൽ ഞങ്ങൾ പങ്കെടുത്തിട്ടേ ഇല്ല. ഇനിയും ഞങ്ങൾക്ക് ക്യാമ്പുകൾ വേണം. ഒന്നുരണ്ടു ദിവസം പോര. ഒരാഴ്ചയെങ്കിലും നീണ്ടു നില്ക്കുന്ന ക്യാമ്പ് വേണം. ഒരു മിടുക്കൻ ക്യാമ്പിനെക്കുറിച്ച് ഇങ്ങനെ അഭിപ്രായപ്പെട്ടു. ഒറ്റവാക്കിൽ പറഞ്ഞാൽ ബഹുരസം. അദ്ധ്യാപകരെയും രക്ഷാധികാരികളെയും രക്ഷകർത്താക്കളെയും സ്വാഗതസംഘത്തെയുമൊന്നും അവർ അഭിപ്രായപ്രകടനത്തിൽ നിന്നൊഴിവാക്കിയില്ല. പ്രസംഗിച്ചു മുഷിപ്പിക്കാതിരുന്നൊരു ക്യാമ്പ് – ഒരു പെൺകുട്ടി അഭിപ്രായപ്പെട്ടു. സാമ്പാറിന്റെ കപ്പലോട്ടമായിരുന്നെന്ന് ഒറ്റപ്പെട്ട പരാതിയുമുണ്ടായി. സ്വാഗതസംഘം നല്കിയ പായസത്തിന്റെയും ലാ അക്കാദമി പ്രിൻസിപ്പൽ നാരായണൻനായർ നല്കിയ ലഡുവിന്റെയും ബാലസംഘം സിറ്റി സെക്രട്ടറി അശോകൻ കൊണ്ടുവന്ന പാൽക്കേക്കിന്റെയും ബാലസംഘം മുൻ ജില്ലാ പ്രസിഡന്റ് മധുകുമാർ എത്തിച്ച മിഠായിയുടെയും മാധുര്യം എല്ലാവരുടെയും നാവിൽ ഊറി നിന്നു. മറ്റു ജില്ലകളിൽനിന്നു വന്ന അമ്മാവ

ന്മാരെ എസ് രാമചന്ദ്രൻ പിള്ള പരിചയപ്പെടുത്തി. അങ്ങ് വടക്ക് കാസർഗോട്ടുനിന്നും കുഞ്ഞിരാമൻ. കണ്ണൂർ നിന്നെത്തിയ ഇ പി കൃഷ്ണ നമ്പ്യാർ എന്ന കഷണ്ടിക്കാരൻ. നമ്പ്യാരമ്മാവന്റെ തല കഷണ്ടിത്തല യായ കഥ എസ് ആർ പി പറഞ്ഞു. 1948 ൽ എതിരാളികൾ നിറുകയിൽ ആസിഡൊഴിച്ച് പൊള്ളിച്ചതിന്റെ ഫലമാണത്. ആ ദുഃഖകഥ കുട്ടികളെ നൊമ്പരപ്പെടുത്തി. പിന്നെ ആലപ്പുഴയിൽനിന്നും വന്ന ജി സുധാകര നെന്ന ഇളയമ്മാവൻ. പത്തനംതിട്ടയിലെ എസ് കെ ആശാരി. പിന്നെ ഏവർക്കും പരിചിതനായ ആശാരിമാമൻ – തിരുവനന്തപുരത്തെ ആർ ജനാർദ്ദനൻ ആശാരി – കുട്ടികൾക്ക് ഇമ്പം പകരുന്ന ഭാഷയിൽ സംസാ രിക്കാൻ താനും ഒട്ടും പിന്നിലല്ലെന്ന് എസ് ആർ പി തെളിയിച്ചു. രണ്ടു ദിവസത്തെ ക്യാമ്പുവാസവും അദ്ദേഹത്തെ ഒരു കുട്ടിയാക്കി മാറ്റിക്കഴി ഞ്ഞിരുന്നു. പരുപരുത്ത രാഷ്ട്രീയ പ്രവർത്തനത്തിനിടയ്ക്ക് കിട്ടിയ ഇട വേളയിൽ കാട്ടായിക്കോണം ശ്രീധറും കോലിയക്കോട് കൃഷ്ണൻ നായരും പോലും സ്വയം കുട്ടികളായി മാറി. ലളിതാ സദാശിവൻ, വന ജാക്ഷി തുടങ്ങിയവർ പെൺകുട്ടികളുടെ അമ്മയും ചേച്ചിയുമായി. ബാല സംഘം ജില്ലാ പ്രസിഡന്റ് മഹേന്ദ്രൻ ക്യാമ്പിന്റെ സന്ദേശം യൂണിറ്റു കൾ വരെ എത്തിക്കാൻ കൂട്ടുകാരോട് ആഹ്വാനം ചെയ്തു. ജില്ലാസെ ക്രട്ടറി ഹരികുമാർ രണ്ടുദിവസവും നിശ്ശബ്ദം ക്യാമ്പിലെ പ്രവർത്തന ങ്ങൾക്ക് നേതൃത്വം നല്കിക്കൊണ്ട് ഉണ്ടായിരുന്നു.

എന്തുകൊണ്ട് എന്ന ചോദ്യം

ക്യാമ്പിനെക്കുറിച്ചുള്ള വിലയിരുത്തൽ കഴിഞ്ഞ് രണ്ടരമണിയോടെ എല്ലാവരും ബസിൽ കയറി. മ്യൂസിയത്തിലേക്ക്. കുട്ടികളും മഴയും ഒന്നി ച്ചാണ് മ്യൂസിയത്തിലെത്തിയത്. മഴയത്ത് കാഴ്ചബംഗ്ലാവിലൂടെ ഒരോട്ട പ്രദക്ഷിണം. പിന്നെ മണ്ഡപത്തിൽ സമ്മേളിച്ച കുട്ടികൾ പിരിയുന്നതിന് മുമ്പ് കൃഷ്ണകുമാർ മാഷുടെ നേതൃത്വത്തിൽ വീണ്ടും പാടി: 'എന്തു കൊണ്ട്?' എന്ന ചോദ്യമായിരുന്നു ആ പാട്ട്.

തുമ്പപ്പൂവെന്തേ വെളുത്തിരിക്കാൻ
ചെമ്പരത്തിപ്പൂ ചുവന്നിരിക്കാൻ
മിന്നാമിനുങ്ങിന്റെ പിന്നിൽ മിന്നീടുന്ന
ചൂട്ടുകത്തീടുന്നതെന്തുകൊണ്ട്?
....
കാക്കയും പ്രാവും പറക്കുന്ന പോലെന്റെ
പൂച്ച പറക്കാത്തതെന്തുകൊണ്ട്

എന്നീ ലളിതങ്ങളായ ചോദ്യങ്ങളിൽ നിന്നാരംഭിച്ച്,

കുട്ടനും കുഞ്ഞിച്ചിരുതയുമമ്മയും
പിച്ചതെണ്ടീടുന്നതെന്തുകൊണ്ട്?

എന്നും ചിരിക്കേണ്ട കുഞ്ഞിളം കണ്ണുകൾ
എന്നും കരയുന്നതെന്തുകൊണ്ട്?

എന്നീ ദുഃഖം നിറഞ്ഞ ചോദ്യങ്ങളിലൂടെ വളർന്ന്,

പട്ടിണിയെന്തുകൊണ്ട്?
ദാരിദ്ര്യമെന്തുകൊണ്ട്?
അജ്ഞതയെന്തുകൊണ്ട്?
എന്തുകൊണ്ടെ-
ന്തുകൊണ്ട്? എന്തുകൊണ്ട്?

എന്നീ സങ്കീർണ്ണങ്ങളായ ചോദ്യങ്ങളിലവരെത്തിച്ചേരുകയും,

എന്തുകൊണ്ടെന്തുകൊണ്ടെന്തു
കൊണ്ടെന്നുള്ള
ചോദ്യമുയർത്തുവാൻ നേരമായീ

എന്ന ഉജ്ജ്വലമായ ആഹ്വാനം ദിഗന്തങ്ങളെ ഭേദിക്കുമാറ് അവർ മുഴക്കുകയും ചെയ്തപ്പോൾ മുതിർന്നവർ വീർപ്പടക്കിനിന്നുപോയി. ക്യാമ്പ് സമാപിച്ചപ്പോൾ അവരവിടെപ്പാടിയ തീപ്പാട്ടിന്റെ നാളങ്ങൾ നാളെ നീളെ പ്പടരുമെന്ന് ഏവർക്കും ബോദ്ധ്യപ്പെട്ടു കഴിഞ്ഞിരുന്നു.

www.ingramcontent.com/pod-product-compliance
Lightning Source LLC
LaVergne TN
LVHW060414051026
849518LV00007B/2548

* 9 7 8 8 1 1 9 1 3 1 0 3 7 *